ஈகப்பெருஞ்சுடர்
இமானுவேல் சேகரன்

சனாதன எதிர்ப்புப் போரில் களப்பலியான
ஒரு மாவீரனின் வீரஞ்செறிந்த வரலாறு

தங்க. செங்கதிர்

டிஸ்கவரி பப்ளிகேஷன்ஸ்
எண்: 9, பிளாட் எண்: 1080A, ரோஹிணி பிளாட்ஸ்
முனுசாமி சாலை, கே.கே.நகர் மேற்கு,
சென்னை - 600 078. பேச: 99404 46650

வெளியீட்டு எண்: 0065

ஈகப்பெருஞ்சுடர் இமானுவேல் சேகரன்
ஆசிரியர்: தங்க. செங்கதிர்©

EEGAPERUNCHUDAR IMMANUEL SEKARAN

Author: Thanga. Senkathir©

அட்டை வடிவமைப்பு: லார்க் பாஸ்கரன்

First Edition: Dec - 2021

Second Edition: Oct - 2023

ISBN: 978-93-91994-41-9

Pages: 112

Rs. 150

Publisher • Sales Rights

Discovery Publications
No. 9, Plot,1080A, Rohini Flats,
Munusamy Salai,
K.K.Nagar West, Chennai - 78.
Tamilnadu, India.
Mobile: +91 99404 46650

Discovery Book Palace (P) Ltd
No. 1055-B, Munusamy Salai,
K.K.Nagar West,
Chennai-600 078.
Ph: (044) 4855 7525
Mobile: +91 87545 07070

discoverybookpalace@gmail.com / www.discoverybookpalace.com

இந்த நூலில் பிரசுரமாகியுள்ள எந்த ஒரு பகுதியையும் எழுத்துபூர்வமான முன்அனுமதி பெறாமல் எடுத்தாள்வதோ, மறுபிரசுரம் செய்வதோ, மொழியாக்கம் செய்வதோ, ஊடகங்களில் மறுபதிப்புச் செய்வதோ, காப்புரிமைச் சட்டப்படி தடை செய்யப்பட்டுள்ளது. இந்த நூலிலிருந்து சில பகுதிகளை மேற்கோள்காட்டி நூல்அறிமுகம் செய்யலாம்.

உங்கள் மொபைல் போனிலிருந்து ஸ்கேன் செய்து 'டிஸ்கவரி புக் பேலஸ்' மொபைல் ஆப்பை டவுன்லோடு செய்து, புத்தகங்களை வாங்குங்கள்.

சமர்ப்பணம்

சாதி ஒழிப்புடன் கூடிய தமிழ்த்தேச விடுதலை இலட்சியத்துக்காகத் தன்னை முழுமையாக அர்ப்பணித்துக்கொண்ட, நான் கண்ட மெய்யான பொதுவுடைமையாளன் **தோழர் நமசு** அவர்களின் நினைவுக்கு...

நன்றி

சுப. வீரபாண்டியன்
அ.மார்க்ஸ்
நா. முத்துநிலவன்
காளிங்கன்
மருத்துவர் காளிரத்தினம்
புலி. பாண்டியன்
பழ. ஆசைத்தம்பி
அ. சிம்சன்
அரச. முருகுபாண்டியன்
ஆரோ. ஸ்டீபன்ராஜ்
வெ. கருணாநிதி
மீ.த. பாண்டியன்
செல்வ புவியரசு
இரா. மோகன்ராஜன்
கு. சந்திரசேகர்
நிறைமதியன்
தமிழ்மதி
முதுகுளத்தூர் ரோஸ்
பேரையூர் சுரேஷ்
மதுரை டேனியல்
கவியோவியத்தமிழன்

கலைஞர் தொலைக்காட்சி
'மானுடம்' இதழ்

நூலாசிரியர்
தங்க. செங்கதிர்

சிவகங்கை மாவட்டம், இளையான்குடி அருகிலுள்ள புலியூர் எனும் கிராமத்தில் பிறந்தவர். மார்க்சிய, அம்பேத்கரிய, பெரியாரிய, தமிழிய சிந்தனைப் புலத்தில் தொடர்ந்து இயங்கியும் எழுதியும் வருபவர்.

இவரது கட்டுரைகள், 'நாளை விடியும்', 'மாற்றம்', 'போர்க்களம்', 'சிந்தனையாளன்', 'தமிழர் கண்ணோட்டம்', 'புகழ்ச்செல்வி', 'தமிழர் தடம்', 'உழைக்கும் மக்கள் தமிழகம்', 'காக்கைச் சிறகினிலே', 'கருஞ் சட்டைத் தமிழர்', 'மானுடம்' போன்ற அச்சு இதழ்களிலும் மற்றும் 'கீற்று', 'தமிழ்ஸ்நவ்', பிரான்சிலிருந்து வெளிவரும் 'தமிழன்' போன்ற இணைய இதழ்களிலும் வெளிவந்துள்ளன. 'கற்பி', 'மாற்றத்தின் குரல்' போன்ற நூல்களை எழுதியுள்ளார். இவர் எழுதிய 'மானுடத் தெறிப்புகள்' நூல் விரைவில் வெளிவரவுள்ளது.

'மாற்றம்' இதழின் ஆசிரியர் குழுவில் அங்கம் வகித்தவர். சமூக, அரசியல், பண்பாட்டு வெளியில் புதிய சிந்தனை மாற்றத்தை விதைக்கும் நோக்கில் வெளிவந்துகொண்டிருக்கும் - இலக்கியத் தளத்தில் பரவலான கவனத்தைப் பெற்ற 'மானுடம்' காலாண்டு இதழின் ஆசிரியர்.

'சிகரம் - இலக்கிய விருது', 'தஞ்சை ப்ரகாஷ் - வளரும் படைப்பாளர் விருது', 'கல்விச்சுடர் விருது' போன்ற விருதுகளைப் பெற்றுள்ளார்.

முதுகலை தமிழ் இலக்கியத்தோடு இளங்கலை கல்வியல் பட்டம் பெற்றுள்ளார். தமிழ் இதழியல் பட்டயப் படிப்பு முடித்துள்ளார்.

மின்னஞ்சல்: senkathirwriter@gmail.com
தொடர்புக்கு: 96260 20008

அணிந்துரை

களப்பணியாற்றுவோருக்கான கையேடு

இந்தியத் துணைக்கண்டத்தைச் சுரண்ட வந்த ஆங்கிலேய அரசினர், தங்கள் சுரண்டல் தடையின்றி நடக்கவும், தங்கள் வணிகம், நிர்வாகம் சுமூகமாகத் தொடரவும் எடுத்த பல நடவடிக்கைகள் இத்துணைக்கண்ட மக்களின் முன்னேற்றத்துக்கும் உதவியுள்ளன. கல்வி, சாலை வசதிகள், இருப்புப்பாதைகள், மின்சாரம் எனப் பலவற்றைக் கூறலாம். அதுபோலவே சமூகத்தில் நிலவிவந்த உடன்கட்டை ஏறல், குழந்தை மணம், சாதிக்கொரு சட்டம், மனிதனைப் பலியிடுதல் போன்ற சில கொடுமைகள், புதிய சட்டங்களால் நிறுத்தப்பட்டுள்ளன. இவற்றைப்போலவே வணிக நிறுவனமான கிழக்கிந்திய வணிகக் குழுமத்தால் ஆளப்பட்டுவந்த இந்தியக் துணைக்கண்டம் 1857ல் நடைபெற்ற 'சிப்பாய்க் கலகம்' என்ற நிகழ்வுக்குப் பின்னர் 1858ஆம் ஆண்டின் இறுதியில் ஆங்கிலேய அரசின் நேரடி ஆட்சிக்கு வந்த பின்னர் மேலும் சில திட்டங்கள் கொண்டுவரப்பட்டன. அவற்றில் ஒன்று மக்கள்தொகைக் கணக்கெடுப்பு ஆகும்.

1859-1860ஆம் ஆண்டில் நடத்த திட்டமிடப்பட்டிருந்தாலும், சிப்பாய்க் கலகக் குழப்பங்களைத் தொடர்ந்து, தள்ளிப்போய் 1871ஆம் ஆண்டில் நடத்தப்பட்டு, 1872ஆம் ஆண்டில் வெளியிடப்பட்டது. 1881, 1891ஆம் ஆண்டுகளின் மக்கள்தொகைக் கணக்கெடுப்புகளில் நான்கு வர்ணங்கள் (பிராமணர், சத்திரியர், வைசியர், சூத்திரர்) மட்டும் குறிப்பிடப்பட்டு மேலும், சில சாதிகள் குறிப்பிடப்பட்டு இருந்தன. 1901ஆம் ஆண்டு கணக்கெடுப்பில்தான் சாதிகளைப் பற்றிய புரிதலுடன் பதிவு செய்யப்பட்டுள்ளன. 1871ஆம் ஆண்டில்,

சென்னை மாகாண மக்கள்தொகைக் கணக்கெடுப்பு அதிகாரியான டாக்டர் டபுள்யு.ஆர்.கார்னிஷ் தனது இணைப்பு அறிக்கையில், 'இந்த நாட்டின் எல்லா பிரச்னைகளையும், தனக்கும் கீழாக உள்ள மக்கள் திரளை உயர்த்துவதைப் பற்றிய அக்கறையற்று, தங்கள் நலனை மட்டுமே முழு நோக்கமாகக் கொண்ட பார்ப்பனர் ஊடாக அறிந்து செயல்படுவது ஆட்சிக்கு நல்லதல்ல' என்றும், 'பார்ப்பனர் அல்லாதார்களையும் இசுலாமியர் போன்ற மற்ற மதப் பிரிவினரையும் கூடுமானவரை அரசு நிர்வாகத்துக்குக் கொண்டுவரவேண்டும்' என்றும் பரிந்துரைத்துள்ளார். ஆனால், 1901ஆம் ஆண்டு மக்கள் தொகைக் கணக்கெடுப்பு கண்காணிப்பாளராக இருந்த அய்.சி.எஸ். அதிகாரி டபுள்யு.பிரான்சிஸ் மேலும் துல்லியமாக சமூகத்தைப் பகுத்தறிந்து தன் அறிக்கையில் பதிவுசெய்துள்ளார்.

அறிக்கையின் 14ஆம் பத்தியில், 'ஒரு மனிதனின் சாதி, அவனது வாழ்வை தொடக்கம் முதல் இறுதி வரை பாதிக்கிறது. அவனது வேலையை அதுவே தீர்மானிக்கிறது. அதுவே அவனது வாழ்விடத்தைத் தீர்மானிக்கிறது. கிராமத்தில் சாதிவாரியாக தெருக்கள் அமைந்துள்ளன. அவனது நட்பு வட்டத்தையும், திருமணம் புரியக்கூடிய எல்லா சமூக அந்தஸ்தினையும் அவனது சாதியே தீர்மானிக்கிறது. அதுபோலவே அவனது உணவை, அவனது பானத்தை, அவனது பெயரை, அவனும் அவனது குடும்பத்துப் பெண்மணியும் அணியக்கூடிய உடையைக்கூட அவனது சாதியே நிர்ணயிக்கிறது' எனக் குறிப்பிட்டுள்ளார்.

அதன் பின்னர் நூறாண்டுகள் உருண்டோடி இருந்தாலும் மேலோட்டமான சில சிறு மாற்றங்கள் - அதுவும் நகரங்களில் - கல்வி, பதவி, பொருளாதார வசதி பெற்ற குடும்பங்களில் - நிகழ்ந்துள்ளதே அன்றி, அடிப்படைக் கட்டமைப்பு இறுக்கமாகத்தான் உள்ளது. இடைப்பட்ட காலத்தில் சமூக அக்கறை கொண்ட பல முன்னோடிகள் சமத்துவத்தை நோக்கி சமுதாயத்தை முன் நகர்த்த முழு அர்ப்பணிப்புடன் கடுமையாக உழைத்துள்ளார்கள். அவ்வாறான பணிகளில் தன் அழுத்தமான பெரும் பணிகளை ஆற்ற தமிழ்நாட்டின் தென்பகுதியில் பெருந்தாக்கத்தை ஏற்படுத்திய மாமனிதர் தியாகி இமானுவேல் சேகரன் ஆவார். அவரைக் குறித்த வரலாற்றுக் குறிப்புகளைத் திரட்டி, நிரல்படுத்தி வழங்கியதன் வழியாக, இவ்வாறாக சமத்துவ சமூகம் காணப் பணியாற்றுவோருக்குப் பணி குறித்த புரிதல்களையும், எதிர்கொள்ள

வேண்டிய இடர்பாடுகளையும் அறியச் செய்வதோடு, ஏற்பட்ட மாற்றங்களை எடுத்துணர்த்தி நம்பிக்கையையும் ஊக்கத்தையும் வழங்கியுள்ளார் தோழர் தங்க.செங்கதிர் அவர்கள்.

சாதியொழிப்புக் களத்தில் அர்ப்பணிப்பு உள்ளத்தோடு துணிந்து பணியாற்றினால் உரிய பலனின்றிப் போகாது என்பதை தன் செயல்பாடுகளால் எடுத்துக்காட்டியப் பெருவாழ்வு அல்லவா ஈகப்பெருஞ்சுடர் இமானுவேல் சேகரனின் வாழ்வு.

சாதி ஒழிப்புப் போராளிக்குத் தேவையான முதன்மைப் பண்பு சாதியம் கடந்த மனநிலை. பொதுவுடைமைச் சித்தாந்தம், வர்க்க ஒழிப்புப் போரில் தன்னை ஈடுபடுத்திக்கொள்வோரின் முதல் நடவடிக்கை வர்க்கத் துறப்பு என்பதை வலியுறுத்தும். அதுபோலவே சாதித் துறப்பு, சாதியொழிப்புக்கு முன் நிபந்தனை ஆகிறது. அவ்வகையில்தான் பெரியாரின் சாதித் துறப்பு, பாலினத் துறப்பு, வர்க்கத் துறப்பு பல வகைகளில் எடுத்தியம்பிப் புகழப்படுகிறது; முன்மாதிரியாகக் காட்டப்படுகிறது. அவ்வகையில் சாதி ஒழிப்புக் களத்தில் இயங்கிய முன்னோடிகளில் தளபதி பள்ளிகொண்டா கிருஷ்ணசாமி, திருப்பனந்தாள் டி.எம்.மணி (உமர் பாரூக்), 'தலித் பேந்தர்ஸ் ஆப் இந்தியா' மலைச்சாமி ஆகியோரும் - இயங்கி வருபவர்களில் தியாகி இமானுவேல் பேரவையின் பொதுச்செயலாளர் தோழர் சந்திரபோசு போன்ற ஒரு சிலரை மட்டுமே எடுத்துக்காட்ட முடிகிறது. இந்தத் தொகுப்பில் தனது வாழ்விணையர் அமிர்தம் கிரேஸ் ஊரான இதம்பாடல் கிராமத்தில் அருந்ததிய மக்களுக்கு நீரெடுப்பதில் காட்டப்பட்ட புறக்கணிப்பு, தான் பிறந்த சமூகத்து மக்களால் வெளிப்பட்டாலும் அதை எதிர்க்கும் மனநிலையினையும், ஒடுக்கப்பட்டோரிலும் கீழடுக்கில் கிடந்துழல்கின்ற அருந்ததிய மக்களை அமைப்பாக்குவதிலும் காட்டிய ஈடுபாடும் இன்றைய தலைமுறையினருக்கு வழிகாட்டும் சிறப்புடையனவாகும். இதுபோன்ற நடவடிக்கைகளால் பெரியாரின் கவனத்தை ஈர்த்த இமானுவேல் சேகரனாரின் படுகொலையால் பதட்டமடைந்த அவர், அது குறித்து முழுமையாக அறிய, 10.09.1957ல் முதுகுளத்தூர் பேச்சுவார்த்தை முடிந்து, அன்றிரவு பேரையூரில் திரு.பெருமாள் பீட்டர் இல்லத்தில் தங்கியிருந்து, பரமக்குடிக்குப் புறப்படும்போது துணைக்கு வந்த அவரது மகன் பெ.வில்லியம் அவர்களை அவரது நண்பர் முத்துராக்கு வழியாக அழைத்துவரச் செய்துள்ளார். திரு.பெ.வில்லியம் அவர்களிடம் முழுவிவரங்களையும் கேட்டறிந்த

பின்னர், பெரியார் விடுத்த அறிக்கையைத் தொடர்ந்து முத்துராமலிங்கத்தேவர் சிறைப்படுத்தப்பட்ட பின்னரே கலவரங்கள் மேலும் பரவாமல் நின்றது என்பது வரலாறு. பிற்காலத்தில் தியாகி இமானுவேல் சேகரனைச் செயலாளராகக் கொண்டு செயல்பட்ட பூவைசிய இந்திரகுல சங்கத்தினை 1922ல் நிறுவிய பெருமாள் பீற்றர் அவர்களும் தன்னை பெரியாரோடு பிணைத்துக்கொண்டவராக இருந்துள்ளார். ஏற்கெனவே இயங்கிவந்த மதுரை மாவட்ட தேவேந்திரகுல வேளாளர் சங்கத்தின் தலைமையை, பிற்காலத்தில் ஏற்ற தேக்கம்பட்டி பாலசுந்தரராசு அவர்களின் வீச்சான செயல்பாடுகளால் அதன் பணிகளையும் பரப்பையும் விரிவுபடுத்தியதுண்டு.

1930ஆம் ஆண்டு டிசம்பரில், தேவகோட்டையில் நடந்த நாட்டார் மாநாட்டில், தேவேந்திரகுல வேளாளர் மீது கொடுமையான சமூகத்தடைகளை விதித்து தீர்மானங்களை நிறைவேற்றியது. (பெண்கள் தங்க நகைகள் அணியக்கூடாது-பூவைக்கவோ, மஞ்சல் பூசவோ கூடாது-குழந்தைகளைப் படிக்க அனுப்பக் கூடாது-மண் பாத்திரங்களை மட்டுமே பயன்படுத்த வேண்டும் -தண்ணீர்ப்பானையைச் சுமக்கும்போது சும்மாடாக துணியைப் பயன்படுத்தக்கூடாது. வைக்கோலைப் பயன்படுத்த வேண்டும் (என்பவை அத்தீர்மானங்கள்) இவ்வாறான எட்டுக் கட்டளைகள், 1931ல், 11 கட்டளைகளாக விரிவுபடுத்தப்பட்டன. இவை குறித்து காங்கிரஸ் தேசியவாதிகளோ அப்பகுதி அரசு அதிகாரிகளோ எவ்வித எதிர்வினையும் ஆற்றவில்லை. பெரியாரின் சுயமரியாதை இயக்கம் மட்டுமே அப்பிரச்னையில் தலையிட்டது. குத்தூசி குருசாமி புதுவை முரசு இதழில் தேவகோட்டை கள்ளர்களை, ஜாலியன் வாலாபாக் படுகொலையை நடத்திய ஜெனரல் டயருடன் ஒப்பிட்டு எழுதினார். இத்தகைய ஜாதிய வன்முறைகளைத் தடுத்து நிறுத்துமாறு சட்டமன்றத்தில் சுயமரியாதை இயக்க முன்னணி தலைவர்களான ஊ.பு.அ.சவுந்திர பாண்டியன் 30.01.1931ல் ஒரு தீர்மானத்தைக் கொண்டுவந்து நிறைவேற்றினார். அரசினர் போதிய நடவடிக்கை எடுக்கவில்லை என்று மீண்டும் 31.08.1931ல் மற்றொரு தீர்மானத்தைக் கொண்டுவந்திருக்கிறார்.

தீண்டாமையை நிலைநிறுத்துவதைப்போல ஒடுக்கப்பட்ட வகுப்பு மாணவர்களுக்குத் தனிப்பள்ளிக் கூடங்கள் இயங்குவதைத் தொடர்ந்து பெரியார் கண்டித்து வந்துள்ளார். 1930-31 ஆம் ஆண்டில் சென்னை மாகாணத்தில் 1784 தனிப்பள்ளிகள் நடப்பதைச்

சுட்டிக்காட்டிக் கண்டித்ததோடு ஏற்கெனவே பிறப்பிக்கப்பட்டுள்ள பொதுப்பள்ளிகளில் ஒடுக்கப்பட்ட மாணவர்களைச் சேர்க்க மறுக்கக்கூடாது என்ற அரசின் ஆணையைக் கண்டிப்புடன் நடைமுறைப்படுத்த வலியுறுத்தியுள்ளார் (குடியரசு - 22.11.1931).

தேவேந்திரகுல வேளாளர்களின் தலைவர்கள் பெருமாள் பீட்டர், பாலசுந்தரராசு ஆகியோருடன் பெரியார் கொண்டிருந்த நட்பும் தொடர்பும் அச்சமூகத்தின் பிரச்னைகளையும் நீக்குவதற்கான முயற்சிகளையும் முன்னெடுக்கும் போராட்டங்களையும் நன்கு அறிவதற்கான சூழலை உருவாக்கி வைத்திருக்கிறது.

அதன் காரணமாகவே, பெரியாரும் சுயமரியாதை இயக்கத்தினரும் பங்கேற்ற மூன்று தேவேந்திரகுல வேளாளர்கள் மாநாடு 1935ல் பிப்ரவரி, மார்ச் மாதங்களில் திருச்செங்கோடு, தோட்டக்குறிச்சி, குளித்தலை ஆகிய ஊர்களிலும் (குடியரசு - 10.02.1935, 10.03.1935), சீர்காழியில் 10.07.1935 அன்றும் (குடியரசு - 28.07.1935), இராசிபுரத்தில் 29.09.1935 அன்றும் (குடியரசு - 13.10.1935) நடந்தேறியுள்ளன. 03.08.1936 அன்று மாவீரர் தேக்கம்பட்டி பாலசுந்தரராசு தலைமையில் அன்றைய மதுரை மாவட்டம் தேவாரத்தில் நடைபெற்றுள்ளது. அந்த மாநாட்டில் தேக்கம்பட்டி பாலசுந்தரராசு அவர்கள், 'சுயமரியாதை இயக்கத்தின் ஊடாக, ஒடுக்கப்பட்டோரின் உரிமைப் பயணம் தொடரும்' என்று அறிவிக்கும் அளவுக்கு இயக்கங்களின் நட்பு விளங்கியது.

1935, சூன் மாதத்தில், பெரம்பலூர் எசனைக் கிராமத்தில் நடந்த பெரம்பலூர் வட்ட காங்கிரஸ் மாநாட்டில், நண்பகல் உணவருந்த பந்தியில் உட்கார்ந்த அரிசன நலக்குழு உறுப்பினர் சன்யாசி அவர்களை, குரும்பலூர் நடேச ஐயர் என்ற பார்ப்பனர் பந்தியில் இருந்து உணவருந்த வைத்தபோதும், (குடியரசு - 27.07.1935) 1938ஆம் ஆண்டு, சனவரி மாதம், தஞ்சை மாவட்டம், நீடாமங்கலத்தில் நடந்த காங்கிரஸ் மாநாட்டில் சமபந்தி போஜனம் நடத்திய மாநாட்டாரின் 'அனைவரும் வருக' என்ற அழைப்பினை நம்பி உணவருந்தச் சென்ற தேவசகாயம், இரத்தினம், ஆறுமுகம் என்ற ஒடுக்கப்பட்ட சமூகத் தோழர்கள் அமர்ந்து உண்டதற்காக அடுத்த நாள் மொட்டையடிக்கப்பட்டு, கடுமையாகத் தண்டிக்கப்பட்டதை அம்பலப்படுத்தியதோடு, (குடியரசு - 26.02.1938) தமிழ்நாடெங்கும் அழைத்துச்சென்று காங்கிரஸின் உண்மை முகத்தைத் தோலுரித்துக் காட்டினார் பெரியார்.

இவ்வாறாக, மாநாடு, தீர்மானங்கள், கண்டனம், அம்பலப்படுத்தல் எனச் சென்றுகொண்டிருந்த சமூக விடுதலைப் போரில் ஒரு பெரும் மாற்றமாக, இடிமுழக்கமாக, தீப்பிழம்பாக வந்தவர்தான் நமது ஈகச்சுடர் இமானுவேல் சேகரன் அவர்கள். ஜனநாயக உணர்வுள்ளோர்க்கு - அடிப்படை அறவுணர்வு உள்ளோர்க்கு வேண்டுமானால் ஜனநாயக முன்னெடுப்புகள் ஒரு போக்கு கொண்டிருப்போருக்கும் - சிந்திக்கவும் விடாமல் உணர்ச்சிகளைத் தூண்டியதால் செயல்படும் மனித இயந்திரங்களிடமும் உண்மையை உணரச்செய்து, ஒற்றுமையை மலரச்செய்து சமத்துவத்தை உருவாக்க முடியுமா? என்ற ஐயமும், முடியாது என்ற முடிவும் ஏற்பட்டதால், சில புதிய வழிமுறைகளை நாட வைத்துள்ளன. கேரளப்பகுதியில் நாராயண குருவும் சகோதரர் அய்யப்பன், கேளப்பன் ஆகியோர் கைக்கொண்ட வழிமுறையும், அய்யன்காளி அவர்கள் கையிலெடுத்த வழிமுறையும் வேறுவேறானவைதான். அய்யன்காளி அவர்களின் நடவடிக்கைகள் ஒடுக்கப்பட்டோர் மத்தியில் ஒரு நம்பிக்கையையும், தீமைகளை எதிர்கொள்ளும் துணிவையும் கொடுத்தன. அதுபோலவே இமானுவேல் சேகரன் அவர்களின் களப்பணி ஒரு நம்பிக்கையை ஏற்படத்தான் வைத்தது.

அப்படிப்பட்ட துடிப்பான இளைஞரின் மரணம் பல வகைப்பட்ட தாக்கங்களை ஏற்படுத்தியது; அனைத்துத் தரப்பினரின் மனச்சாட்சியை உலுக்கியது.

அதனால்தான், கொலையாளிகள் கீழத்தூவலில் பதுங்கி இருப்பதாகக் கேள்விப்பட்டு அங்கு சென்ற காவல்படையினர் நடத்திய துப்பாக்கிச் சூட்டைக்கூட பெரியார், கீழத்தூவல் துப்பாக்கிச் சூட்டை எண்ணி முதலைக்கண்ணீர் வடிக்கும் அரசியல்வாதிகள், வீரம்பல் தேவாலயத்துக்குள் புகுந்த மக்கள் மீது சாதிவெறியர்கள் துப்பாக்கிச்சூடு நடத்தியும், பெண்களை மானபங்கப்படுத்தியும் மிருகத்தனமாய் நடந்துகொண்டதற்கு வருந்தாமல் இருப்பது ஏன்? என்று கூறுமளவுக்கான நிலைமையை ஏற்படுத்தியது. முத்துராமலிங்கத்தேவர் 28.09.1957 அன்று கைதுசெய்யப்பட்டதும், ''தேவர் சிறைவாசத்தை நாமும் விரும்பவில்லை என்றாலும், இந்தச் சூழ்நிலையில் அவரைச் சிறைப்பிடிக்காமல் இருந்திருந்தால் சாதிச்சண்டைகள் நின்றிருக்காது என்பது உறுதி. அவர் வெளியில் இருந்தவரை கலவரம் நடந்துகொண்டிருந்ததும், கைது செய்யப்பட்ட பின்னர் கலவரம் அடியோடு ஓய்ந்திருப்பதும் குறிப்பிடத்தக்கது''

என்றும், "இன்றைய நிலையிலும்கூட முன்கூட்டியே தேவரைத் தனிமைப்படுத்தியிருந்தால் இத்தனை உயிர்கள் பலியாகி இருக்குமா? இத்தனை தாழ்த்தப்பட்ட குடும்பங்கள் ஊரைவிட்டு வெளியேறி தவிக்குமாறு நேர்ந்திருக்குமா?" என்றும் கூற வைத்தது.

ஏன்? துறவியான சுவாமி சகாஜானந்தாகூட 30.10.1957 அன்று நடந்த சட்டமன்ற விவாதத்தில், "ஒருவன் கொலைசெய்தால் அவனைத் தூக்கிலிடுவது வழக்கம். ஸ்ரீமுத்துராமலிங்கத் தேவர் செய்துள்ள பெரும் பிழைக்கு அவரை எந்தத் தூக்கில் போடுவது? இது பற்றி ஏன் யார் வாயிலிருந்தும் வார்த்தை வரவில்லை? சர்க்கார் கொஞ்சம்கூட தாட்சண்யம் பார்க்காமல் அவரைத் தூக்கிலிட வேண்டும் என்று கேட்டுக்கொள்கின்றேன்!" என்று பேச வைத்தது.

"சமூகம் ஆதிகால நிலையான காட்டுமிராண்டித்தனமான நிலையிலேயே இருந்தால் எவ்வாறு முன்னேறமுடியும்?" என்றார் நேரு.

"நாள்பட்ட புண் நாற்றமெடுத்துவிட்டது. புழுக்களை நசுக்காவிட்டால் நாசம் வந்துசேரும்" என்றார், உள்துறை அமைச்சர் கோவிந்த வல்லபந்த்.

"இந்நிகழ்வு சமத்துவத்தை விரும்பும் அனைத்துத் தரப்பு மக்களுக்கும் விடப்பட்ட சவால்" என்றார் பாபு ஜெகஜீவன்ராம்.

கலவரத்தை ஒடுக்குவதில் தனது முழு கவனத்தையும் செலுத்தியமைக்காக அரசுக்கும், முதல்வர் காமராசருக்கும் பாராட்டுகளைத் தெரிவித்த பெரியார், "கலவரத்தில் ஈடுபட்ட சமூக விரோதிகளைக் கடுமையாகத் தண்டித்து, சமூக ரீதியாக ஒடுக்கப்பட்ட மக்களுக்குப் பாதுகாப்பு ஏற்படுத்தாவிட்டால், அம்மக்களின் சார்பில் போராட்டத்தில் குதிப்பேன்" என்றும் எச்சரித்தார் பெரியார். (சென்னை-இந்தியன் எக்ஸ்பிரஸ் - 02.11.1957)

ஜாதியைப் பாதுகாக்கும் அரசியல் சட்டப்பிரிவுகளை எரிக்கும் போராட்டத்தை அறிவித்து, தஞ்சையில் நடைபெற்ற திராவிடர் கழக சிறப்பு மாநாட்டில் (03.11.1957) முதல் தீர்மானமாக இமானுவேல் சேகரன் அவர்களுக்கும், கலவரத்தில் உயிரிழந்த மக்களுக்கும், வீடு மற்றும் சொத்துக்களை இழந்து நிற்கும் மக்களுக்கும் ஆழ்ந்த இரங்கலைத் தெரிவித்ததோடு, இழப்புகளுக்கும் உரிய பரிகாரம் செய்ய வேண்டும் என தீர்மானம் நிறைவேற்றப்பட்டது. அதே தீர்மானத்தில் நூற்றுக்கணக்கான மக்கள் கொல்லப்பட்டும், பல ஆயிரக்கணக்கான வீடுகள் கொளுத்தப்பட்டும், பல்லாயிரக்கணக்கான

ரூபாய் பெறும்படியான சொத்துக்கள் நாசமாக்கப்பட்டும் இருக்கின்ற நிலையில், நமது பத்திரிகைகள் - காங்கிரஸ்காரர்கள் தவிர, அரசியல் கோதாக்களில் வாழ்க்கையை ஏற்பாடு செய்துகொண்ட எல்லா அரசியல் கட்சிக்காரர்களும், பார்ப்பன பத்திரிகைகளும், கொலை, கொளுத்துதல், நாசம் முதலிய காரியங்களை ஒழிக்கவும், அடக்கவும் முயற்சி எடுத்துக்கொண்ட அரசைக் கண்டிப்பதும் - அதன் மூலம் முரட்டுத்தனமான பலாத்காரத்தில் ஈடுபட்டு நாசவேலைகளைச் செய்த மக்களுக்கு தங்கள் குற்றங்களைக்கூட உணர்வதற்கு வழியில்லாமல் உற்சாகம் ஏற்படும்படி எழுதியும் பேசியும் வருகின்றதை இம்மாநாடு வன்மையாகக் கண்டிப்பதோடு தமிழ்ப் பொதுமக்கள் கூடுமானவரை அப்பார்ப்பன பத்திரிகைகளை ஆதரிக்காமல் பகிஷ்காரம் செய்ய வேண்டும் என்றும் இம்மாநாடு கேட்டுக்கொள்கிறது' என்ற கோரிக்கையையும் முன்வைத்தது திராவிடர் கழகம்.

இந்தக் கொடூரமான சம்பவங்களுக்கு ஈழம், மலேசியா போன்ற நாடுகளில் இருந்தும் கண்டனங்கள் எழுப்பப்பட்டன. அமெரிக்காவில் இருந்து வெளிவரும் 'செயின்ட் லூயிஸ்போஸ்ட் டெஸ்பாச்' என்ற பத்திரிகை 09.10.1957 நாளிட்ட இதழில் 'இந்தியாவில் வெட்கக்கேடான சாதி' என்ற தலைப்பில் செய்தி (விடுதலை - 18.10.1957) வெளியிடும் அளவுக்கு நாட்டு எல்லைகளைத் தாண்டி பேசும்படியான தாக்கத்தை இத்தொடர் கலவரம் உருவாக்கியிருந்தது.

இந்தியத் துணைக்கண்டத்தின் பெருங்கேடான ஜாதி அமைப்பினை ஒழித்து சமத்துவ சமுதாயம் காண விரும்புவோர், கடந்தகால வரலாறுகளைப் படித்தறிந்து, நிகழ்கால நடப்புகளுடன் பொருத்திப் பார்த்து, எதிர்கால வேலைத்திட்டத்தை உருவாக்கிக் கொள்ள வேண்டிய அவசியம் உள்ளது.

தனது 33 ஆண்டு கால வாழ்க்கையில் அழுத்தமான பதிவுகளை விட்டுச் சென்றிருக்கின்ற ஈகச்சுடர் இமானுவேல் சேகரன் அவர்கள் வாழ்க்கை நிகழ்வுகளை நிரல்பட தொகுத்தளித்ததன் வழியாக தன் கடமையை ஆற்றியிருக்கின்ற தோழர் தங்க. செங்கதிர் அவர்களுக்கானப் பாராட்டுகளை, நன்றியினை, இந்நூலினைப் பரப்புவதன் வழியாக வெளிப்படுத்த வேண்டியது நம் அனைவரின் கடமையாகும்.

மேட்டூர் அணை,
08.01.2021.

தோழமையுடன்,
கொளத்தூர் மணி

அணிந்துரை

ஈகியின் வியப்புக்குரிய வாழ்க்கை

'ஈகப்பெருஞ்சுடர் இமானுவேல் சேகரன்' என்ற தலைப்பில் அருமைச் சகோதரர் தங்க. செங்கதிர் எழுதியுள்ள நூலில், இமானுவேல் சேகரன் பிறப்பு, வளர்ப்பு, பள்ளிப் பருவம், இராணுவப்பணி, சமூக சமத்துவப் போரில் தனது அனைத்து வகை ஆற்றலையும் முழுமையாகப் பயன்படுத்திப் போராடியது, சாதியாதிக்க எதிர்ப்புச் சமரில் வீரச்சாவடைந்தது, அவரின் இலட்சியக் கனவுகளை நெஞ்சிலேந்தி ஆண்டுதோறும் நடைபெறும் வீரவணக்க நிகழ்வுகள்... இப்படியாகப் பல்வேறு தகவல்களைத் திரட்டித் தந்துள்ளார். இந்த நூலாசிரியர், சாதி ஒழிப்புடன் கூடிய சமதர்ம தமிழ்த்தேசம் படைக்கும் நோக்கில் கால் நூற்றாண்டு காலத்துக்கும் மேலாக செயலாற்றி வருகின்ற தியாகி இமானுவேல் பேரவையின் இயக்க ஏடான 'சமூக - அரசியல் - பொருளியல் மாற்றம்' இதழின் ஆசிரியர் குழுவில் செயலாற்றியவர். அவ்விதழின் வாயிலாக தமது எழுத்தாற்றலை வளர்த்துக்கொண்டு, தற்போது 'மானுடம்' என்ற சமூக அரசியல் பண்பாட்டுக் காலாண்டு இதழின் ஆசிரியராக, பல்வேறு இதழ்களில் முற்போக்கான கட்டுரைகளைத் தொடர்ந்து எழுதி வருகிறார்.

இமானுவேல் சேகரனின் வாழ்க்கை வரலாறு, வீரமரணம், அதற்குப் பிந்தைய சமூக மாற்றங்கள் குறித்த பல்வேறு சம்பவங்களை - இதுவரையில் வெளிவராத தகவல்களை இந்நூலில் ஆதாரத்துடன் பதிவுசெய்துள்ளார். இமானுவேல் சேகரன் கொலை செய்யப்பட்ட செய்தியை சந்தானம் என்பவரே தியாகியின் துணைவியாருக்கும், காவல் துறையினருக்கும் தெரியப்படுத்தியதாக

இந்நூலில் குறிப்பிட்டுள்ளார். மேலும், இமானுவேல் சேகரன் தமது உயிருக்கு எதிரிகளால் எந்நேரமும் ஆபத்து நேரலாம் என்பதை உணர்ந்ததோடு, தன் துணைவியாரிடமும் நண்பர்களிடமும் அதனைத் தெரிவித்திருந்தார் என்பதோடு, தனது உயிரா, சமூக மாற்றப் போராட்டமா என்ற நிலையில் தன் உயிரைப் பெரிதெனக் கருதாது இலட்சியத்துக்காகத் துணிந்து நின்றதை எண்ணிப் பார்க்கும்போது மனம் வியப்புக்குள்ளாகிறது.

இந்நூலில், இமானுவேல் சேகரன் பள்ளி மாணவனாக இருந்த போது நாட்டுப்பற்றுக் காரணமாக காந்தியாரின் 'வெள்ளையனே வெளியேறு' போராட்டத்தில் பங்கேற்று சிறை சென்றதைக் குறிப்பிடுகின்றார். அவர், இராணுவப் பணியை உதறிவிட்டு, தாய்மண் திரும்பிய பிறகு, சாதி ஆதிக்கத்திலிருந்து மக்களை விடுவிக்க இளைஞர்களுக்குத் தற்காப்புக் கலைகளைக் கற்றுக்கொடுத்திருக்கிறார். மேலும், இசுலாமியர் ஒருவரின் மகள் திருமணத்துக்கு, அறுவடைக்குத் தயாராக இருந்த நெல் வயலை ஒற்றி வைத்து பணஉதவி செய்தது, சாதி மறுப்புத் திருமண இணையர்களை வரவேற்றுச் சிறப்புச் செய்தது, இறந்த மூதாட்டியின் உடலை அடக்கம் செய்யச் செல்லும் பாதையை மறித்த சாதிவெறியர்களை மீறி, சட்டப்படியான தீர்வு கண்டு நல்லடக்கம் செய்தது... போன்ற இமானுவேல் சேகரனின் களச்செயல்பாடுகள் சமூக மாற்றச் செயல்பாட்டாளர்களுக்குச் சிறந்த பாலபாடமாக விளங்குகிறது.

இமானுவேல் சேகரன் படுகொலைக்குப் பிறகு, சின்னஞ்சிறு குழந்தைகளை வைத்துக்கொண்டு அவரின் துணைவியார் வறுமையில் வாடிய நிலையில் அன்றைய முதலமைச்சர் காமராசர் கருணைத்தொகை வழங்கியது, மாவீரனின் துணைவியாருக்காகவே அன்றைய நகரப் பஞ் சாயத்தின் மூலம் துவக்கப்பள்ளி ஒன்றை ஏற்படுத்தி - பணி வழங்கி - குடும்பத்தின் வறுமையைப் போக்கியது, அவரின் மூத்த மகள் மேரி வசந்தராணிக்கு, தேவகோட்டை மாணவியர் விடுதியில் காப்பாளினியாக பணி வழங்கியது... போன்றவை இதுவரை வெளிவந்த வாழ்க்கை வரலாற்று நூலில் சொல்லப்படாத தகவல்களாகும்.

இமானுவேல் சேகரன் தமது களச்செயல்பாட்டின்போது, மதுரை மாவட்டம் தேனி வட்டம் தேக்கம்பட்டி பாலசுந்தரராசு அவர்கள் வழியாக புரட்சியாளர் அம்பேத்கரைச் சந்தித்து உரையாடி தமது அரசியலை மேலும் செழுமைப்படுத்திக்கொண்டார். மேலும், புரட்சியாளர் அம்பேத்கரின் நினைவுநாளில் பரமக்குடியில்

அனைத்துச் சமுதாய மக்களையும் ஒருங்கிணைத்து மாபெரும் இரங்கல் கூட்டம் நடத்தியது மாவீரனின் அரசியல் மதிப்பீட்டைக் குன்றின் மீதிட்ட விளக்காய் மிளிரச்செய்கிறது.

1957, செப் 11ல், எமனேஸ்வரம் பாரதியார் வாசகசாலை ஏற்பாடு செய்திருந்த பாரதியார் நினைவுநாள் கூட்டத்தில் தன் நண்பர் வழக்குரைஞர் கிருஷ்ணமூர்த்தி அவர்களுடன் கலந்துகொண்டார். சிறப்புரையின்போது, பாரதியாரின் "காக்கை குருவி எங்கள் சாதி..." என்ற பாடலை மேற்கோளிட்டுப் பேசினார். அதுவே அவரின் கடைசிக் கூட்டம் என்பதை எண்ணுகிறபோது மனம் பதட்டமடைகிறது. பார்ப்பனிய அதிகார வர்க்க நலனுக்காக தொடங்கப்பட்ட காங்கிரஸ் பேரியக்கம் ஆங்கிலேய ஏகாதிபத்தியத்தை விரட்டியடித்து, இந்திய ஒன்றிய விடுதலைக்காக போராடியது என்றாலும் காங்கிரஸ் இயக்கத்தின் ஒப்பற்ற தலைவராக விளங்கிய காந்தியார் அவர்கள், ஆயிரம் ஆண்டுகளாக சாதியின் பெயரால் சொல்லொணாத் துயரத்தை அனுபவித்துவரும் ஒடுக்கப்பட்ட மக்களுக்காக அறிவர் அம்பேத்கர் கொண்டுவந்த இரட்டை வாக்குரிமையை, தனது உண்ணாநிலைப் போராட்டத்தின் வாயிலாக இல்லாது ஒழித்தார். இதன் மூலம் ஒடுக்கப்பட்ட மக்களின் நலனைவிட இந்துத்துவம் பாதுகாக்கப்பட வேண்டும் என்பதில் காந்தியார் உறுதியாக இருந்தார் என்பதை அறிய முடிகிறது. 1957, சட்டமன்றத் தேர்தலில் இமானுவேல் சேகரனை வேட்பாளராக அறிவிப்பதாகக் கூறியதால் இந்து மதத்துக்கு மாறினார். ஆனால், காங்கிரஸின் நயவஞ்சகத்தால் அன்றைய தேர்தலில் அவரை வேட்பாளராக அறிவிக்கவில்லை. ஒருவேளை அவரை வேட்பாளராக அறிவித்திருந்தால், இமானுவேல் சேகரனின் இளம்வயதுக் கொலை தடுக்கப்பட்டிருக்கக்கூடும்.

இப்படியாக, இந்நூலில் பல்வேறு தகவல்கள் பொதிந்து கிடக்கின்றன. இந்நூலாசிரியர் சமூக அரசியல் பொருளியல் பண்பாட்டுத் தளத்தில் தனது எழுத்தாற்றலை மென்மேலும் செழுமைப்படுத்தி, பல படைப்புகளைத் தமிழ்ச்சமூகத்துக்கு வழங்க எனது நெஞ்சார்ந்த வாழ்த்துகளைத் தெரிவித்துக்கொள்கிறேன்.

தோழமையுடன்,

பூ.சந்திரபோசு,

பொதுச்செயலாளர்,

பரமக்குடி, 30.11.2020. தியாகி இமானுவேல் பேரவை.

வாழ்த்துரை

வியப்பூட்டும் தரவுகளின் அணிகலன்

நான், தியாகி இமானுவேல் சேகரனின் மூன்றாவது மகள் சுந்தரி பிரபாராணி. தற்போது பரமக்குடி நகரில் வசித்து வருகிறேன். தம்பி செங்கதிர் அவர்களைக் கடந்த சில ஆண்டுகளாக அறிவேன். தியாகியின் மீது மிகுந்தப் பற்றுக்கொண்டவர் என்பதை அவரின் பேச்சு மற்றும் எழுத்துக்களின் வாயிலாக உணர்ந்து கொண்டேன். தம்பி செங்கதிர் என் குடும்பத்தில் ஒருவராக இருக்கிறார். அவரை, நான் என் மகனாகவே கருதுகின்றேன்.

அவர் என் தந்தையாரின் வாழ்க்கை வரலாற்றை இனிய தமிழில் எளிய நடையில் எழுதியுள்ளார். தியாகியைப் பற்றி என் தாயார் கூறிய தகவல்களை என்னிடம் விரிவாகக் கேட்டறிந்தார். மிகுந்த சிரமத்துக்கு மத்தியில் புதியதும் அரியதுமாகிய பல்வேறு தகவல்களைச் சேகரித்துள்ளார். பல தகவல்கள் எங்கள் குடும்பத்தாருக்கே தெரியாததாக இருந்தது எமக்கு ஆச்சரியத்தை உண்டாக்கியது.

இந்த இளம் வயதில் அவர் இத்தகைய தாய்மொழிப்பற்று உடையவராக இருப்பது நான் எதிர்பார்க்காத ஒன்று. 'ஈகப்பெருஞ்சுடர் இமானுவேல் சேகரன்' என்ற நூலில் தியாகியின் இளமைப்பருவம், பள்ளிப்பருவம், சமூகநீதிக்கான போராட்டம், இராணுவத்தில் பணியாற்றியது, கொலையுண்ட சம்பவம் முதலானவைகளைப் பற்றி தெளிவுற எழுதியிருப்பதைப் படித்து நான் பெருமையும் வியப்புமடைந்தேன்; எப்படி இவ்வாறான தகவல்களைத் திரட்டினார் என்பதை நினைத்து மிகவும் ஆச்சரியமடைந்தேன். என் தந்தையார் திருமணம் செய்த கிராமத்துக்கு நேரிடையாகச் சென்று, அவரோடு

சம காலத்தில் வாழ்ந்த பெரியவர்களைச் சந்தித்து தகவல்களைத் திரட்டியுள்ளது பாராட்டுக்குரியது. நாங்களும் எங்களால் இயன்றமட்டும் ஆவணங்களைத் திரட்டியும், புகைப்படங்களைத் தேடிக்கொடுத்தும் நூல் செறிவாக வெளிவர உறுதுணை புரிந்திருக்கிறோம். அந்தவகையில் இந்நூல் வியப்பூட்டும் தரவுகளின் அணிகலனாகத் திகழ்கிறது.

தம்பி செங்கதிர் இனிவரும் காலங்களில் இதுபோன்று வரலாற்று நூல்கள் பல படைக்கவும், தம்பியும் அவரின் குடும்பத்தார்களும் உலகத்து வளங்கள் யாவும்பெற்று நீடுழி வாழவும் எல்லாம்வல்ல இறைவனை வேண்டி வாழ்த்துகளைத் தெரிவித்துக்கொள்கின்றேன். நன்றி!

பரமக்குடி,
15.12.2020.

அன்புடன்,
இ.சுந்தரி பிரபாராணி,
த/பெ. இமானுவேல் சேகரன்.

என்னுரை

எண்ணமும் எழுத்தும்

கறுப்பின மக்களின் விடிவுக்காய்ச் சமர்புரிந்த ஒரு போராளியை அந்த இனத்தில் பிறந்த காரணத்துக்காக ‘கறுப்பினவாதியாக’ குறுக்கிப் பார்ப்பதில்லை. கறுப்பின மக்களின் உரிமைக்காக நீண்ட காலம் போராடிய நெல்சன் மண்டேலா கறுப்பின மக்களின் தலைவராக மட்டுமல்லாது உலகத் தலைவராகப் போற்றப்பட்டார். ஏகாதிபத்தியச் சூழலில் இருந்து வெளிவந்த ஒருவர் ஏகாதிபத்தியத்துக்கு எதிராகப் போராடி உச்சம் தொடுகையில் அவரை ‘ஏகாதிபத்தியவாதியாக’ யாரும் சொல்வது இல்லை.

இந்தியத் துணைக்கண்டத்தில் மட்டும் சாதி - தீண்டாமைக்கு எதிராகப் போராடுபவர் முற்பட்ட, பிற்படுத்தப்பட்ட சாதியினராக இருந்துவிட்டால் ‘தீண்டாமை ஒழிப்புப் போராளி’ என்ற பட்டம் கொடுத்துக் கொண்டாடப்படுவதும், ஒடுக்கப்பட்ட சாதியில் பிறந்த ஒருவர் சாதி - தீண்டாமைக் கொடுமைக்கெதிராகக் களமாடுகையில், அவரின் நோக்கத்துக்கு முரணாக ‘சாதியவாதி’ என்ற முத்திரை குத்தப்படுவதுமான வரலாற்று வினோதம் நிகழ்ந்து கொண்டிருக்கிறது.

தமிழ்ச்சமூகத்தின் புறக்கணிப்புகளை எல்லாம் கடந்த பிறகுதான் அவர்களால் பொதுவெளிக்கு வர முடிகிறது. தியாகி இமானுவேல் சேகரனும் இப்படியான உளவியல் இடுக்கில் சிக்கிக் கொண்டவர்தான். ஆனால், அவரின் செயல்பாடோ சாதியவாதிகளின் சிந்தனைப்போக்குக்கு முற்றிலும் எதிரானதாக இருந்தது.

அவர் வாழ்ந்த குறுகிய காலங்களில் சாதியத்தைத் தாங்கிப் பிடிக்கும் எண்ணம் துளியுமின்றி, அனைத்துச் சமுதாய மக்களையும்

அணிதிரட்டிப் போராடினார் என்பதை அவரின் வரலாற்றை விரிவாகத் தேடுகின்றபோது தெரிந்துகொள்ள முடியும்.

சாதியொழிப்புக் களத்தில் வீரஞ்செறிந்த போராட்டத்தை முன்னெடுத்த தியாகி இமானுவேல் சேகரன், நூற்றாண்டை நோக்கி வீறுநடை போட்டுக்கொண்டிருக்கிறார். தனது அர்ப்பணிப்பு மிகுந்த களச்செயல்பாடுகளால் உழைக்கும் மக்களின் உள்ளத்தில் - சிந்தனையில் - வாழ்வியல் பண்பாட்டில் இன்றும் வாழ்ந்து கொண்டிருக்கிறார். சுயமரியாதை - சமத்துவம் - சகோதரத்துவம் கோரும் இமானுவேல் சேகரனின் தியாக வரலாறு, மக்கள் உரிமைப் போராட்டத்தில் நிற்பவர்களுக்கு இன்றும் வழிகாட்டியாய்த் திகழ்கிறது.

நாடு போற்றும் நாயகனான இமானுவேல் சேகரனை, இன்றைய தலைமுறையினர் வெறுமனே தரிசிக்க முற்படுவதைத் தவிர்த்து, அவர் விட்டுச்சென்ற இலட்சியப் பாதையைச் செழுமைப்படுத்தி - அடைய வேண்டிய இலக்கை நோக்கி அணியமாக வேண்டியது அவரின் தியாகத்துக்குப் பொருத்தமான செயலாக இருக்கும். அதற்கு தியாகி இமானுவேல் சேகரன் அவர்களைப் பற்றிய வாசிப்பு மிகவும் அவசியமானதாகிறது.

கடந்தகால வரலாற்றை அறியாதவர்கள் நிகழ்காலத்தைத் தமக்கானதாக தக்கவைத்துக்கொள்ள முடியாதல்லவா? எனவே இமானுவேல் சேகரனைப் பற்றிய வரலாற்றுத் தேடலை விரிவுபடுத்தும் முயற்சியே இந்நூல். கள ஆய்வில் சேகரித்தெடுத்த புதிய தரவுகளை உள்ளடக்கிய 'ஈகப்பெருஞ்சுடர் இமானுவேல் சேகரன்' என்ற நூலின் வாயிலாக உங்களைச் சந்திப்பதில் பெருமகிழ்ச்சியடைகிறேன்.

ஏழு ஆண்டுகால எண்ணமும் - களப்பணியும் ஓராண்டு கால எழுத்துமே இப்போது நூல் வடிவம் பெற்று உங்கள் அன்புக் கரங்களில் தவழ்கிறது.

இது முழுமையான வரலாற்று ஆவணமல்ல. மகத்தான போராளியின் வரலாற்றை எளிய முறையில் மக்களிடம் கொண்டு சேர்க்கும் சிறுமுயற்சி அவ்வளவே.

ஈகியின் வரலாற்றை எழுதும் பொருட்டுத் தகவல்களைத் தேடுகையில் எனக்குப் பலர் பலவாறு உதவியிருக்கிறார்கள். அவர்களை இங்கு நினைவுகூரக் கடமைப்பட்டிருக்கின்றேன்.

இமானுவேல் சேகரனின் மூன்றாவது புதல்வியான திருமதி சுந்தரி பிரபாராணி அவர்கள் தன் அப்பா குறித்து அம்மா அமிர்தம் கிரேஸ் கூறியதாகப் பல்வேறு சம்பவங்களை நினைவு கூர்ந்தார். அது எனக்குப் புதிய தகவலாக இருந்தது. சில தகவல்களை தனது உறவுக்கார பெரியவர்களிடம் தொலைபேசியில் கேட்டுச் சொன்னார். தோழர்களோடு வீட்டுக்குச் செல்லும் ஒவ்வொரு முறையும் உள்ளன்போடு வரவேற்று உணவும் கொடுத்து, எங்களுடன் நீண்ட உரையாடுவார்.

தியாகி இமானுவேல் சேகரன் படுகொலைக்குப் பிறகு அவரின் குடும்பம் பட்ட வலி சுமந்த நினைவுகளைச் சொல்லும்போது கண்கள் குளமானது. அவர் இந்நூலுக்கான வாழ்த்துரையும் எழுதியுள்ளார்.

இமானுவேல் சேகரனின் பெயரன் சகோதரர் சக்கரவர்த்தி அவர்கள் இமானுவேல் சேகரன் கைப்பட எழுதிய கடித நகல், மதமாற்ற ஆவணம் மற்றும் குடும்பத்தின் பழைய புகைப்படங்களைத் தேடி எடுத்துக் கொடுத்து உதவினார்.

மேனாள் இராணுவ வீரரான ஐயா ஏசு அடியான் அவர்கள் தனது முதுமைமொழியில் இமானுவேல் சேகரனோடு தனக்கிருந்த இளமைக்கால நட்பினை நினைவுகளாகப் பகிர்ந்தார். இருவரும் இராணுவத்தில் ஒன்றாகப் பணியாற்றியவர்கள். நெருங்கிய உறவினர்கள் என்பது குறிப்பிடத்தக்கது. அண்மையில் இவர் மறைவெய்திவிட்டார் என்பது வருத்தமான செய்தி.

பேரையூரைச் சேர்ந்த திரு.பவுல் ஆசிரியர் அவர்கள் அந்தக் காலக்கட்டத்தில் முதுகுளத்தூர் நகரத்தில் டி.இ.எல்.சி நடத்திய மாணவர்விடுதியில் காப்பாளராகப் பணியாற்றியவர். அமைதிக்கூட்டத்துக்கு அடுத்த நாள் முதுகுளத்தூர் பேருந்து நிலையத்தில் தியாகியோடு பேசிக்கொண்டிருந்த அனுபவத்தைக் குறிப்பிட்டார்.

இமானுவேல் சேகரன் கொலைவழக்கின் அரசுத்தரப்பு சாட்சியான - 'காங்கிரஸ்காரர்' என்று அழைக்கப்படுபவரான ஐயா வேலு அவர்கள் வழக்குத் தொடர்பான சில தகவல்களைப் பகிர்ந்தார்.

முதுபெரும் இடைநிலை ஆசிரியையான திருமதி. ரோசியம்மாள் அவர்கள் இமானுவேல் சேகரனின் துணைவியாரான அமிர்தம் கிரேஸ் அவர்களோடு பணியாற்றிய நினைவுகளைச் சொன்னார்.

தியாகி இமானுவேல் பேரவையின் பொதுச்செயலாளர் தோழர் பூ.சந்திரபோசு அவர்கள் போராட்டக் களத்தில் ஈகியைப் பற்றித் தமக்குக் கிடைத்த தகவல்களைச் சொல்லி நூலார்வம் காட்டியதோடு அணிந்துரையும் வரைந்தளித்துத் தந்துள்ளார்.

அன்புக்குரிய தோழர். கொளத்தூர் மணி அவர்கள் அலைப்பேசியில் அழைத்து அணிந்துரை வேண்டுமென்று கேட்டவுடன் நேரத்தை ஒதுக்கி அதனை முகமலர்ச்சியோடு எழுதிக்கொடுத்தார்.

2018ல் இமானுவேல் சேகரனின் நினைவேந்தல் நிகழ்வுக்கு வருகை தந்த தோழர். வடிவேல் இராவணன், தியாகியின் களச்செயல்பாடு குறித்த நிறைய தகவல்களைச் சொன்னதோடு அவர் எழுதிய நூலினையும் படிக்கத் தந்தார்.

மேலும், வழிகாட்டுதல் நல்கிய பொறியாளர் மு.ஊர்காவலன், தோழர் வை.தேவதாசு, பொறியாளர் ச.இராசு, என் எழுத்தின் மீது எப்போதும் அக்கறைகாட்டும் பாசமிகு சகோதரர் த.இளங்கண்ணன் ஆகியோருக்கு நன்றி.

கேட்டவுடன் தியாகியின் படத்தை வரைந்து, அதைத் தன் முகநூல் பக்கத்திலும் பதிவிட்ட சமூக மாற்ற சிந்தனையாளர் - நாடறிந்த இயக்குநர் - நடிகர் - ஓவியர் என பன்முகத்திறமை கொண்ட தோழர் பொன்வண்ணன், ஓவியர் டிராட்ஸ்கி மருது, இயக்குநர் அமுதன் பச்சைமுத்து ஆகியோருக்கு நன்றி. இந்த நூலை அழகிய முறையில் வெளிக்கொணர்ந்த டிஸ்கவரி பதிப்பகத்தின் உரிமையாளர் தோழர் மு.வேடியப்பன் அவர்களுக்கும் நன்றி.

நான் எழுத்துப் பணியில் மூழ்கிடும் போதெல்லாம் இல்லப் பொறுப்பைத் தனியாளாய்த் தாங்கிச் சுமக்கும் அன்பிற்கினிய வாழ்விணையர் சோ.மலர்விழி, அன்புக் குழந்தைகள் சமரன், கார்க்கி மற்றும் இந்த நூலுக்காக உதவிபுரிந்த உறவுகள் அனைவருக்கும் வற்றா அன்பை என் மாறா எழுத்தின் வாயிலாகத் தொடர்ந்து வெளிப்படுத்துவேன்.

தோழமையுடன்,
தங்க. செங்கதிர்.

புலியூர், 09.10.2021.

ஈகப்பெருஞ்சுடர் இமானுவேல் சேகரன்

பிறப்பும் பெற்றோரும்

'ஆற்றுப் பெருக்கால் அடிசுடும் நாட்களிலும் ஊற்றுப் பெருக்கால் உலகூட்டும் வையை' என்று சங்க இலக்கியங்கள் போற்றும் வைகை ஆறு பாய்ந்து வளங்கொழித்த இராமநாதபுரம் மாவட்டத்தில், வைகை ஆற்றின் தென்கிழக்கே பரமக்குடி அருகிலுள்ள செல்லூர் என்ற கிராமத்தில் 1924, அக்டோபர், 9ல் இமானுவேல் சேகரன் பிறந்தார்.

இமானுவேல் சேகரனின் தந்தையார் சேது என்கிற வேதநாயகம். மக்கள் 'வேதநாயகம் வாத்தியார்' என்று அழைத்தாலும் அவர் தொழில்முறை ஆசிரியரல்லர். சிறந்த கல்வியறிவு பெற்றவர் என்பதால் மாணாக்கர்களுக்கு மாலைநேர வகுப்பெடுப்பார். அதனாலேயே 'வாத்தியார்' என்ற பட்டப்பெயர் அவரின் பெயருக்குப் பின்னால் ஒட்டிக்கொண்டது. நிலபுலங்கள் வாய்க்கப்பெற்ற கிறித்துவ மதத்தவர். இவர் இளம் வயதில் போலியோ தாக்கியதன் காரணமாக சிறிது கால் உறுப்புக்

குறைபாடுடையவராக இருந்தார். எனினும் சுறுசுறுப்பாக இயங்கும் ஆற்றல் கொண்டவர். தியாகியை ஈரைந்து மாதங்கள் சுமந்து ஈன்றெடுத்த தாயார் ஞானசுந்தரி அம்மாள். இராமநாதபுரம் மாவட்டம் முதுகுளத்தூர் அருகிலுள்ள வீரம்பல் கிராமத்தைச் சேர்ந்தவர். நல்ல வாசிப்புப் புலமையுடையவர். கிறித்துவம் தழுவிய நடுத்தர வர்க்கப் பொருளாதாரப் பின்னணியுடையது இவரது குடும்பம். இவர்களது இனிய இல்லற வாழ்வில் இரண்டு குழந்தைகளை ஈன்றெடுத்தனர். தலைமகனாகப் பிறந்தவர் இமானுவேல் சேகரன். இளையவர் துரைராஜ்.

தொடக்கக்கல்வியும் உயர்நிலைக்கல்வியும்

இமானுவேல் சேகரன் உரிய பருவமெய்திய நிலையில் செல்லூரிலுள்ள அரசு தொடக்கப்பள்ளியில் பள்ளிப்படிப்பைத் தொடங்கினார். ஆசிரியர் சாமிதாஸ் என்பவர் அவருக்குத் தொடக்கக்கல்வியைப் பயிற்றுவித்தார்.

இமானுவேல் சேகரன் நடுநிலைக் கல்வி
பயின்ற டி.இ.எல்.சி.போர்டிங் பள்ளி, பரமக்குடி.
(புதுப்பிக்கப்பட்டது)

நடுநிலைக்கல்வியைப் பரமக்குடி லூத்திரன் திருச்சபை வளாகத்திலுள்ள டி.இ.எல்.சி போர்டிங் நடுநிலைப் பள்ளியில் தொடர்ந்தார். அது அந்நாளில் உண்டு உறைவிடப் பள்ளியாக இருந்தது (Dist GO No.384/24 Date: 24.10.1924). அந்தப் பள்ளியிலுள்ள விடுதியில் தன் தம்பி துரைராஜ் உள்ளிட்டவர்களோடு தங்கிப் பயின்றார்.

எப்போதும் பள்ளியில் இன்முகத்துடனும், படிப்பில் கெட்டிக்காரத்தனத்துடனும் விளங்கியதால் ஆசிரியர்களின் நன்மதிப்பைப் பெற்ற மாணவராக இருந்தார். எனவே ஆசிரியர்கள் அவரை அன்போடு நடத்தினர்.

இந்நிலையில் தலைமையாசிரியர் டேனியல் பீட்டர் உள்ளிட்ட ஆசிரியர்களின் வழிகாட்டுதல்களுடன் தேர்ச்சிபெற்ற இமானுவேல் சேகரன், இராமநாதபுரம் சுவாட்ஸ் உயர்நிலைப்பள்ளியில் சேர்ந்து தமது உயர்கல்வியைத் தொடர்ந்தார்.

இந்தியக் குடியரசுத் தலைவராக இருந்த டாக்டர் அப்துல் கலாம் இதே பள்ளியில் பயின்று புகழ்பெற்றவர் என்பது குறிப்பிடத்தக்கது.

தந்தையின் சமூகப்பற்றும் நாட்டுப்பற்றும்

இமானுவேல் சேகரனின் தந்தை வேதநாயகம், தன்னலமற்ற நெஞ்சமும் சமூகப்பற்றும் கொண்டவராக விளங்கினார். அறியாமை இருளில் உழன்ற தம் மக்களுக்கு அறிவைப் புகட்டும் பணியில் தம்மை ஈடுபடுத்திக்கொண்டார். மக்களுக்கு அரசியல் விழிப்புணர்வூட்டவும், அவர்களின் வாழ்வாதாரத்தை மேம்படுத்தவும் தொடர் முயற்சிகளை மேற்கொண்டார்.

தம் மக்கள் சேவையின் ஒரு பகுதியாக, மாணாக்கர்களுக்கான இலவச இரவுப்பள்ளி ஒன்றை ஏற்படுத்தி, கல்வி புகட்டி – அவர்களின் முன்னேற்றத்துக்கு அரும்பாடுபட்டார்.

அவர் சுதந்திர தாகம் கொண்ட வேங்கை மார்பனாக விளங்கினார். அன்றைய நாளில் இந்திய விடுதலைப் போராட்டத்தை முன்னெடுத்த பல முக்கியத் தலைவர்கள் அங்கம் வகித்த காங்கிரஸ் கட்சியில் தம்மை இணைத்துக்கொண்டு ஆங்கிலேயருக்கு எதிராகக் குரல் கொடுத்தார். ஆகையால்

எப்போதும் கதர் சட்டை, கதர் வேட்டி, கதர்க் குல்லாய் என கதர்த்துணியும் கம்பீரமான நடையுமாய் வலம் வந்தார்.

காந்தியார் அறிவித்த ‘வெள்ளையனே வெளியேறு’ போராட்டத்தை தமிழ்நாட்டின் தென் மாவட்டத்தில் – குறிப்பாக பரமக்குடி தாலுகாவில் நடத்துவதற்கான திட்டமிடலை அவரே மேற்கொண்டார். தந்தையின் நாட்டுப்பற்றும் சமூகப்பற்றுமே தனயன் இமானுவேல் சேகரனை, கலங்கரை விளக்கமாகக் களத்துக்கு அழைத்து வந்தது.

கால்பந்து வீரன்

இமானுவேல் சேகரனின் தந்தை வேதநாயகத்துக்கு, தன் மகன் இளம் அகவையிலேயே கலைகள் பல கற்றுத் தேர்ந்தவனாக விளங்க வேண்டும் என்பதில் பெருவிருப்பம். இமானுவேல் சேகரனின் அறிவுக்கூர்மையும், துடிப்பான செயல்பாடும் தந்தையின் விருப்பத்துக்குப் புடம்போடுவதாக அமைந்தது. எனவே, மகனுக்கு களறி, குஸ்தி, சுருள்வாள், கராத்தே, சல்லிக்கம்பு போன்ற தற்காப்புக் கலைகளைக் கற்றுக்கொடுத்தார்.

மேலும், இமானுவேல் சேகரன் கால்பந்து விளையாட்டில் சிறந்து விளங்கினார். அவரது காலில் பட்ட பந்துகள் கம்பத்தில் பின்னிய வலைகளை நோக்கிப் பாய்ந்தன. பள்ளியளவிலான கால்பந்து அணியை அவரே தலைமையேற்று நடத்தினார். இமானுவேல் சேகரன் தலைமையில் அவ்வணி பல வெற்றிகளை ஈட்டி பதக்கங்களையும் பாராட்டுகளையும் குவித்தது.

படிப்பில் மட்டுமல்லாது விளையாட்டிலும் பள்ளிக்குப் பெருமை சேர்க்கும் மாணவனாக இமானுவேல் சேகரன் நற்பெயர் பெற்றார்.

தந்தையின் களத்தில் தனயன்

ஒருமுறை வாத்தியனேந்தலில் தேவேந்திரகுல வேளாளர் சமுதாயத்தைச் சேர்ந்த விவசாயி ஒருவர், காலங்காலமாக அனுபவம் செய்துவந்த 30 ஏக்கர் நிலத்தை, சாதியாதிக்கத்தோடு ஒருவன் ஆக்கிரமித்துக் கொண்டான். தலைமுறை தலைமுறையாக தங்களின் வயிற்றுப் பிழைப்புக்கான ஆதார சக்தியாக இருந்துவந்த

நிலத்தினை இழந்த விவசாயி, இதுகுறித்து முறையிட இமானுவேல் சேகரனின் தந்தை வேதநாயகம் வாத்தியார் அவர்களின் இல்லத்துக்கு வந்தார். அராஜகப் போக்கோடு – ஆயுத முனையில் நிலம் ஆக்கிரமிக்கப்பட்டச் சம்பவத்தை விரிவாகக் கேட்டறிந்தார் வேதநாயகம் வாத்தியார். இவர்களின் உரையாடல்களைக் கூர்ந்து கவனித்துக்கொண்டிருந்தார் இமானுவேல் சேகரன்.

பிறகு, இது குறித்து ஏற்கெனவே சொன்ன தகவலின் அடிப்படையில் இரகசியமாகத் திரட்டப்பட்ட வருவாய்த்துறை ஆவணங்களை எடுத்துக்கொண்டு புறப்பட்ட தந்தையாரிடம், "நானும் அங்கு வரட்டுமா?" எனக் கேட்டவாறே அப்பாவின் ரேக்ளா வண்டியில் ஏறி அமர்ந்தார்.

தந்தையும் தன் மகன் சமூகத்தைப் பற்றிப் புரிந்துகொள்ளட்டும் என்ற எண்ணத்தில் அந்தப் போராட்டக்களத்துக்கு வரச் சம்மதித்தார்.

அப்போது இமானுவேல் சேகரன் ஒன்பதாம் வகுப்பு மாணவன். வேதநாயகம் வாத்தியாரால் பெறப்பட்ட வருவாய்த்துறை ஆவணங்களாலும், அவரின் சாமர்த்திய சிந்தனையாலும் அந்த விவசாயிக்கு ஏற்பட்ட சிக்கல் அன்றைய நாளிலேயே தீர்ந்து போயிற்று.

மாணவர்களிடத்தில் மூட்டிய விடுதலை நெருப்பு

ஆங்கிலேய அரசுக்கு எதிராக நடத்தப்படும் மாநாடுகள், பொதுக்கூட்டங்கள் மற்றும் போராட்டங்களில் தன் தந்தை வேதநாயகத்தோடு கலந்துகொண்டு தமது நாட்டுப்பற்றை வெளிப்படுத்திய இமானுவேல் சேகரன், தந்தையின் ஆளுமையைப் பயன்படுத்தி மேடைகளில் தோன்றி, கன்னித்தமிழில் இயற்றமிழை எடுத்தியம்பிக் காண்போரை புருவம் உயர்த்தச் செய்தார். மேடைகளில் பேசுவதற்குக் கிடைக்கும் வாய்ப்புகளை நன்கு பயன்படுத்திக்கொண்டார்.

மேலும், தம் வகுப்பில் பயிலும் சக மாணவர்களிடம் இந்திய விடுதலைப் போராட்டத்தின் தேவை குறித்தும், ஆங்கிலேய அரசின் அடக்குமுறை குறித்தும் தெளிந்த விளக்கம் தந்து அவர்களின் உள்ளத்தில் விடுதலை நெருப்பை மூட்டச்செய்தார்.

விடுதலைப் போரில் வீரத்தமிழ்மகன்

1942, ஆகஸ்டில் நடந்த 'வெள்ளையனே வெளியேறு' கிளர்ச்சி ஆங்கிலேய ஆட்சிக்கு எதிராக இந்தியத் துணைக் கண்டத்தில் பெரும் தாக்கத்தை உண்டாக்கிற்று. இப்போராட்டத்தில் தென் தமிழகத்தின் பங்கு குறிப்பிடத்தக்கது. அன்றைய இராமநாதபுரம் மாவட்டத்தின் தேவகோட்டை, திருவாடனை பகுதிகளில் தேவேந்திரகுல வேளாளர் சமுதாய மக்கள் பெரும்பாலானோர் அப்போராட்டத்தில் கலந்துகொண்டனர் என்பது வரலாறு.

சில கிராமங்களில் மக்கள் ஒட்டுமொத்தமாகப் போராட்டத்தில் ஈடுபட்டு சிறை சென்றனர். இராமநாதபுரம் மாவட்டத்தில் மட்டும் ஒடுக்கப்பட்ட சமூகத்தைச் சேர்ந்த சுமார் 25 பேர் இப்போராட்டத்தில் களமாடி வீரச்சாவடைந்தனர். இராமநாதபுரத்தில் அப்போராட்டத்தில் ஈடுபட்ட தேவேந்திரகுல வேளாளர் சமுதாயத்தைச் சேர்ந்த பலர், 2 ஆண்டுகள் முதல் 7 ஆண்டுகள் வரை சிறைத் தண்டனைக்குள்ளானார்கள்.

அந்த நாட்களில், சுவாட்ஸ் பள்ளியில் படித்துக்கொண்டிருந்த இமானுவேல் சேகரன் தந்தையிடம் பெற்ற அரசியல் வழிகாட்டுதலாலும், தமது நாட்டுப்பற்றாலும் 'வெள்ளையனே வெளியேறு' போராட்டத்தில் தீவிரமாகப் பங்கேற்றார். அந்தப் போராட்டத்தில் ஈடுபட்ட இமானுவேல் சேகரனை ஆங்கிலேய அரசு கைதுசெய்து சிறையிலடைத்தது.

பின்னர்தான் இந்தத் தகவல் தந்தை வேதநாயகத்துக்குத் தெரியவருகிறது. பதறித்துடித்த இமானுவேல் சேகரனின் தாயார் ஞானசுந்தரிக்கு, வேதநாயகம் ஆறுதல் கூறினார். கைது செய்யப்பட்ட இமானுவேல் சேகரன் திருச்சி சிறையில் அடைக்கப்பட்டார். படித்துக்கொண்டிருந்த மாணவன் என்பதையும் 18 அகவை நிரம்பாதவர் என்பதையும் அறிந்த ஆங்கிலேய அரசு மூன்று மாதங்களுக்குப் பிறகு அவரை விடுதலை செய்தது.

பள்ளி மாணவனான இமானுவேல் சேகரன் 'வெள்ளையனே வெளியேறு' போராட்டத்தில் பங்கேற்றுச் சிறைக்குச் சென்றது அன்றைய நாளில் முகவை மாவட்டத்தில் பரபரப்பாகப் பேசப்பட்டது.

அனுமதி மறுத்த பள்ளி

காந்தியார் அறிவித்த 'வெள்ளையனே வெளியேறு' என்கிற முழக்கம் இந்தியா முழுமைக்கும் ஒலித்துக்கொண்டிருந்தது. முகவை மாவட்டமே, அன்று நடைபெறவிருந்த மறியல் போராட்டத்துக்குத் தயாரானது. பள்ளி மாணவரான இமானுவேல் சேகரன், அப்போராட்டத்தில் பங்கேற்றதால் ஆங்கிலேய காவல்துறையினரால் தளைப்படுத்தப்பட்டு சிறைப்படுத்தப்பட்டார்.

ஆங்கிலேயருக்கு எதிரான போராட்டத்தில் சிறை ஏகிய இமானுவேல் சேகரனை உலகோர் பாராட்டினர். ஆனால், பள்ளி நிருவாகமோ பள்ளியில் சேர்த்துக்கொள்ள மறுத்தது. சிறை சென்ற மாணவராயிற்றே! இமானுவேல் சேகரனைப் பள்ளியில் சேர்த்துக் கொள்வதன் மூலம் ஆங்கிலேய அரசின் தொடர் கண்காணிப்புக்கும் நெருக்கடிக்கும் ஆளாக நேரிடும் என்பதாக உணர்ந்த பள்ளித் தலைமையாசிரியர் அவரைப் பள்ளியில் சேர்க்க மறுத்தார். நீண்ட போராட்டத்துக்குப் பிறகு – மக்கள் செல்வாக்கும், சக மாணவர்களின் ஆதரவும் இமானுவேல் சேகரனை மீண்டும் சேர்த்துக்கொள்ள வேண்டிய நிர்பந்தத்தைப் பள்ளிக்கு உண்டாக்கிற்று. இமானுவேல் சேகரன் படிப்பை மீண்டும் தொடரலானார்.

அறிவர் அம்பேத்கர் விடுத்த போர் அழைப்பு

முதல் உலகப் போருக்குப் பிறகு உலக அரங்கில் ஜெர்மனியின் ஆதிக்கம் வீறுகொண்ட வளர்ச்சியைக் கண்டது. பூமிப்பந்தையே தன் அதிகாரப் பரப்பில் அடக்குவதற்கான தருணம் வாய்த்துவிட்டதாக ஜெர்மனியின் சர்வாதிகாரி இட்லர் நினைத்தார். அதனைச் செய்துகாட்டும் விதமாக 1939, செப்டம்பர் 11 அன்று, எவ்வித முன்னறிவிப்புமின்றி போலந்து நாட்டின் மீது படையெடுத்தார். இங்கிலாந்தும் பிரான்சும் இதற்கு நேரடியாக எதிர்ப்புத் தெரிவித்துப் போர்ப்பிரகடனம் வெளியிட்டன.

ஆனால், களத்தில் இறங்கத் தயங்கின. இதனால், தனது வலிமையான இராணுவத்தால் போலந்தை எளிமையாகக் கைப்பற்றிக் கொண்டது.

இத்தாலி, ஜெர்மனி, ஜப்பான் ஆகிய நாடுகள் ஓர் இரகசிய ஒப்பந்தத்தைச் செய்து, நட்புச் சக்தியாக கரம்கோர்த்துக்கொண்டன. மற்றொரு பக்கம் போலந்தை ஆக்கிரமித்து நின்ற ஜெர்மனியுடன் போர்தொடுக்கும் அறிவிப்பை இங்கிலாந்தும், பிரான்சும் வெளியிட்டன. 'போலந்தைவிட்டு ஜெர்மனி இராணுவம் உடனடியாக வெளியேற வேண்டும். இல்லாவிடில், கடும் விளைவுகளைச் சந்திக்க நேரிடும்!' என இறுதி எச்சரிக்கை விடுத்தன. யுத்தவெறி தலைக்கேறிய இட்லர் இதனைப் பொருட்படுத்தவில்லை.

இப்படியாகத் தொடர்ந்த யுத்தச்சூழல், ஐரோப்பிய அளவில் முடிந்துவிடும்... முதல் உலகப்போரைப்போலத் தொடராது என்று கருதினர். ஆனால், நிலைமை தலைகீழாக மாறிவிட்டது. ஆம்! இரண்டாம் உலகப்போர் மூளத்தொடங்கிவிட்டது! இத்தாலி, ஜெர்மனி, ஜப்பான் ஆகிய நாடுகளின் கூட்டணிக்கு எதிராக பிரிட்டன், பிரான்ஸ், அமெரிக்கா, சோவியத் ரஷ்யா ஆகிய நேசநாடுகள் களமிறங்கின.

போர் மூண்டது என்னவோ, ஐரோப்பாவில்தான். ஆனால், பிரிட்டன் பங்கேற்ற பின்னர் அதன் காலனி ஆட்சிப்பகுதியாக இருந்த இந்தியாவிலும் அதன் தாக்கம் எதிரொலித்தது. இந்தியத் துணைக்கண்டத்தை அதிகாரம் செலுத்திய வைசிராய் லின்லித்தோ, போராட்டப் பகுதியாக இந்தியாவை அறிவித்தார்.

1939, அக்டோபரில் புரட்சியாளர் அம்பேத்கர், காந்தியார் உள்ளிட்ட 52 இந்தியத் தலைவர்களை அழைத்துக் கலந்தாலோசித்தார். இந்நிலையில் இரண்டாம் உலகப்போர் குறித்து, புரட்சியாளர் அம்பேத்கர் அறிக்கையொன்றை வெளியிட்டார்... "தனக்கு இணங்காத நாடுகள் மீது தனது ஆதிக்கத்தை நிலைநிறுத்த முயலும் ஜெர்மனியின் போக்கு உலகநாடுகளுக்கு அச்சுறுத்தலை உண்டாக்கும்" என எச்சரித்தார்.

மேலும், "ஜெர்மனியால் இங்கிலாந்துக்கு ஏற்பட்ட நெருக்கடி நிலையை இந்தியர்களுக்குக் கிடைத்த நல்வாய்ப்பாகக் கருதும் காங்கிரஸ் மற்றும் கம்யூனிஸ்ட்களின் கருத்தை ஏற்றுக்கொள்ள முடியாது'' என்று அதில் குறிப்பிட்டார். "இத்தருணத்தில் ஆங்கிலேயருக்குப் பதிலாக புதிய ஆண்டைகளைத் தேடிக்கொள்ளக்கூடாது'' என்றும், "உலக அமைதி, தேசிய சுதந்திரம் போன்ற கொள்கைகளுக்காக நடக்கும் போரின் பயன்கள் போர் முடிந்தவுடன் இந்தியர்களுக்கும் கிடைக்கும் என

உறுதியளிக்கப்பட்டால்தான் இந்தியர்களும் போரில் உற்சாகமாக ஈடுபட முடியும்!'' என்றும் இங்கிலாந்து நாட்டினருக்கு வேண்டுகோள் விடுத்தார்.

“உலக நாடுகளை மேலும் கூறுபோடுவதற்காக மட்டுமே நடக்கும் போர் அல்ல இது. அத்துடன் மனிதர்களுக்கிடையேயும் நாடுகளுக்கிடையேயும் இருக்கின்ற உறவுகளின் முறையைத் திருத்தியமைக்க வேண்டும் என்று கோருகிற ஒரு புரட்சியே இந்தப் போர். எனவே, இப்போரில் நாசிஸத்தை வீழ்த்தப் போராட வேண்டும்” என்று புரட்சியாளர் அம்பேத்கர் 1942, நவம்பர் 13ல் பம்பாய் வானொலியின் வாயிலாக வேண்டுகோள் விடுத்தார்.

புரட்சியாளர் அம்பேத்கரின் இந்த வேண்டுகோளை ஏற்று இரண்டாம் உலகப்போர் முடியும் தருவாயில், அதாவது 1943ல் பிரிட்டன் இந்திய இராணுவத்தில் சேர்ந்து நாசிஸத்தை வீழ்த்த களமாடினார் இமானுவேல் சேகரன்.

இராணுவத்தில் அவில்தார் வீரன்

1943ல் இராணுவத்தில் சேர்ந்த இமானுவேல் சேகரன், இந்தியாவின் பல்வேறு பகுதிகளில் பணியாற்றியிருப்பதை படைமுகாமிலிருந்து அவர் எழுதிய கடிதங்கள், அவருடன் படையிலிருந்த நண்பர்கள், உறவினர்களின் உரையாடல்களின் வழியே அறிய முடிகிறது. அவர் தன் உடன்பிறந்த தம்பி துரைராசுக்கு அறிவுரை சொல்லி உறவினர் சின்னையாவுக்கு 1944, நவம்பர் 6 நாளிட்ட கடிதம், அன்றைய பாகிஸ்தானின் சியோல்காட் மாவட்டத்திலிருந்து எழுதப்பட்டுள்ளது. இராணுவத்தில் சேர்ந்த இமானுவேல் சேகரன் ‘அவில்தார்’ என்ற உயர் பதவியில் இருந்ததை இந்தக் கடிதத்தின் வாயிலாக நாம் அறியலாகிறது. கடிதத்தின் கீழே ‘HAV. IMMANUEL. NO. 314010’ என குறிப்பிடப்பட்டுள்ளமை அதற்குச் சான்று. மேலும், இமானுவேல் சேகரனின் உறவினரும், முன்னாள் இராணுவ வீரருமான வீரம்பல்லைச் சேர்ந்த ஏசு அடியான், இமானுவேல் சேகரன் பாகிஸ்தானின் இராவல்பிண்டியில் பணியாற்றியதை உறுதிப்படுத்துகிறார். கிழக்குப் பஞ்சாப்பின் லூதியானாவில் பணியாற்றியதை அவருடன் இராணுவத்தில் பணியாற்றிய அவரது நண்பர் பந்தாராம்கெடாவின் உறவினர்கள், தொண்டர்களின் வழியே அறிகிறோம்.

6.11.44
SIALKOT
HAV. IMMANUEL

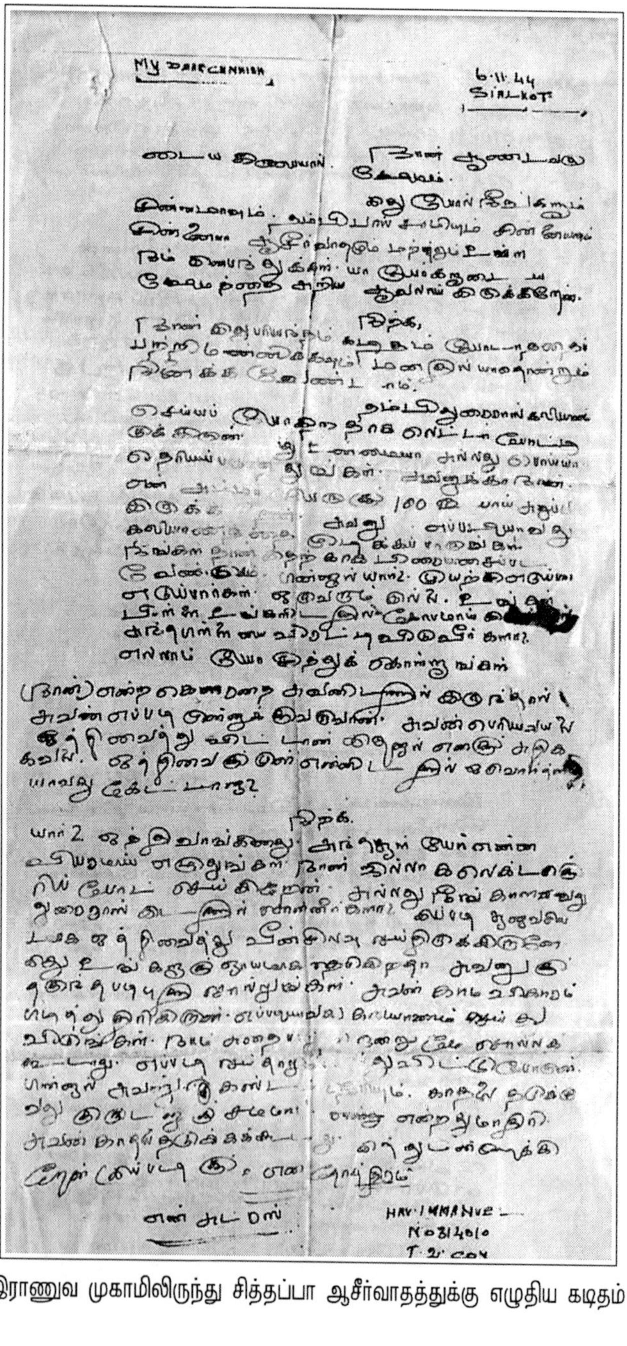

இராணுவ முகாமிலிருந்து சித்தப்பா ஆசீர்வாதத்துக்கு எழுதிய கடிதம்

அவில்தார் பதவி துறப்பு

தாயின் கண்ணுக்கு அழகாய், அங்குமிங்கும் அலைந்துதிரிந்த செல்ல மகன் இமானுவேல் சேகரன், தம்மைப் பிரிந்து இராணுவப் பணியாற்றும் பொருட்டு பல்லாயிரம் மைல் தூரம் கடந்துசெல்வதை நினைத்து அவரது தாயார் ஞானசுந்தரி அம்மாள் வருந்தினார். அன்புக் குழந்தையின் பிரிவை எந்தத் தாய்தான் விரும்புவாள்? எனினும் தாய்நாட்டைக் காக்கும் வேட்கையோடு இராணுவத்தில் சேர்ந்து அவில்தாராக உயர்ந்தார்.

'அண்டை நாடுகளிடமிருந்து தேசத்தைக் காக்கும் நாட்டின் நலனா? சாதியவாதிகளிடமிருந்து மக்களைக் காக்கும் சமூக நலனா?' என்ற கேள்வி, அவரது நெஞ்சக்கூட்டில் பொங்கியெழுந்தபோது, மக்கள் நலனே அவர் மனக்கண்ணில் நிழலாடியது. எனவே, இராணுவம் தமக்களித்த 'அவில்தார்' பதவியைத் துறந்து, முழுநேர பொதுவாழ்க்கைக்காக தம்மை அர்ப்பணித்துக்கொண்டார்.

நாட்டைவிட மக்கள் பெரிது

இந்திய இராணுவத்தில் பணியாற்றிக்கொண்டிருந்த இமானுவேல் சேகரன் விடுமுறை நாட்களில் அவ்வப்போது சொந்தக் கிராமத்துக்கு வரும் காலங்களில் நண்பர்களையும், உறவினர்களையும் சந்திக்கச் சுற்றுவட்டாரக் கிராமங்களுக்குச் செல்வது வழக்கம். அத்தகைய தருணங்களில் அக்கிராமங்களில் வாழும் தம் சமுதாய மக்கள் சாதிய ஒடுக்குமுறைக்கு ஆளாவதைக் கண்கூடாகக் கண்டார். இந்த ஒடுக்குமுறைக்கு எதிராக மக்களை அணிதிரட்டி – அவர்களைச் சாதிய வன்முறையாட்டத்திலிருந்து மீட்டெடுக்க முனைந்தார்.

மேலும், இவர் இராணுவத்தில் – பணியில் இருக்கும்போது, கிராமங்களில் ஆதிக்கச் சாதி வெறியர்கள் செய்யும் அட்டூழியங்களைப் பலர் கடிதங்களின் வழியே தெரியப்படுத்தினர். அந்தக் கடிதங்களே அவரது வாழ்க்கையின் போக்கில் மாற்றத்தை ஏற்படுத்தின. அது தனது இராணுவப் பணியையே துச்சமெனத் தூக்கி எறியவும் காரணமாக அமைந்தது. தன்னைவிட நாடு பெரிதென படைக்குச் சென்ற இமானுவேல் சேகரன், நாட்டைவிட மக்கள் பெரிதெனக் கருதி, தம் இராணுவப் பணியை உதறித்தள்ளிவிட்டு உதிரம் தந்த மக்களின் உரிமைக்குப் போராட தாய்மண் திரும்பினார்.

மகத்தான மக்கள்பணி

இருபதாம் நூற்றாண்டின் தொடக்கத்தில் முகவை மண்ணில் சாதி – தீண்டாமை தலைவிரித்தாடியது. தேவேந்திரகுல வேளாளர்கள் கடைப்பிடிக்க வேண்டிய 11 கட்டுப்பாடுகளை சாதி இந்துக்கள் விதித்தனர். கால்களில் செருப்பு அணிவது குற்றச்செயல்; பேருந்தில் பயணம் செய்ய உரிமை இல்லை; பெண்கள் மேலாடை அணியக் கூடாது; நகை அணியக்கூடாது; உலோகப் பாத்திரங்கள் பயன்படுத்தத் தடை; கல்வி கற்கும் உரிமை மறுப்பு; திருவிழாக் காலங்களில் மேளதாளங்கள் வைத்துக்கொள்ளக்கூடாது; ஆண்கள் முழங்காலுக்குக் கீழே ஆடையணியக் கூடாது... இப்படியாகப் பல ஒடுக்குமுறைகளும் அடக்குமுறைகளும் இழைக்கப்பட்டன.

இத்தகைய தடைகளில் பல இமானுவேல் சேகரன் களமாடிய காலத்திலும் தொடர்ந்தன. எனவே, இவற்றிலிருந்து மக்களை விடுவித்து, சுதந்திரமான வாழ்க்கைச் சட்டகத்துக்குள் கொண்டுவந்துவிட வேண்டும் என்பது அவரது அரசியல் இலட்சியமாக இருந்தது. இந்தச் சமூக உரிமைப் போரில் எத்தகைய விளைவுகளைச் சந்திக்க நேரிடும் என்பது தெரிந்தும், மக்கள் போராட்டமே மகத்தானது என்பதை நெஞ்சிலேந்தி, சமூக விடுதலை தாகத்துக்காக தம் அறப் பயணத்தைத் தொடர்ந்தார்.

தலைநிமிர்வு

இராணுவப் பணியைத் துறந்து தாயகம் திரும்பிய இமானுவேல் சேகரன், பெருமாள் பீட்டர் அவர்கள் தலைமையில் செயல்பட்ட பூவைசிய இந்திரகுல வேளாளர் சங்கத்தின் செயலாளராகப் பொறுப்பேற்று மக்கள் தொண்டாற்றத் தொடங்கினார். அதன் தலைவர் பெருமாள் பீட்டர் அவர்களிடம் உரையாடுகையில், “இந்தப் பகுதியில் நிலவுகின்ற சாதியாதிக்கத்தை அடியோடு ஒழித்து, ஒடுக்கப்பட்ட மக்களும், இதர சிறுபான்மை சாதியினரும் சமத்துவத்தோடும், அனைத்து வகையான உரிமைகளோடும் வாழ்வதற்கு நம் காலத்திலேயே தீர்வு கண்டாக வேண்டும்” என்று வலியுறுத்தினார்.

சொல்லுக்கும் செயலுக்குமான முரண்பாடில்லாத வாழ்க்கை முறையை அவர் வகுத்துக்கொண்டார். அவ்வாறே அன்றைய

நாட்களில் தாண்டவமாடிய தீண்டாமைக் கொடுமைகளையும், சாதியாதிக்க அடக்குமுறைகளையும் எதிர்த்து வேங்கையாய்ச் சிலிர்த்தெழுந்தார்; ஒடுக்கப்பட்ட மக்களின் தலைநிமிர்வுக்கு வித்திட்டார்; சமநீதி கோரும் போரில் முன்னணிப் படையாய்த் திகழ்ந்தார்.

ஒரு மேடை நான்கு இணையர்கள்

1946, மே 17ல் இமானுவேல் சேகரன் சிக்கல் அருகிலுள்ள இதம்பாடல் கிராமத்தைச் சேர்ந்த சாமுவேல்–மரியாள் இணையரின் புதல்வி அமிர்தம் கிரேஸ் என்ற பள்ளி ஆசிரியையை வாழ்விணையராகக் கரம்பிடித்தார். நீண்ட போராட்டத்துக்குப் பிறகே இவர்களின் திருமணம் நடந்தது. திருமணத்தின் போது இமானுவேல் சேகரனுக்கும், அமிர்தம் கிரேஸுக்கும் ஒரே வயது. இருவருக்கும் அகவை 22.

இவர்களின் இணையேற்பு நிகழ்விலும் ஒரு விநோதம் நடந்தேறியது. இமானுவேல் சேகரனின் குடும்பத்திலுள்ள மண அகவையை எட்டிய மேலும் மூவருக்கு அதே மேடையில் இணையேற்பு விழா நடத்தப்பட்டது. வேதநாயகம் – ஞானசுந்தரி ஆகியோரின் இளைய மகன் துரைராசுக்கு, செல்லூர் செல்வநாயகத்தின் மகள் செல்லம்மாள் என்பவரையும், வேதநாயகத்தின் உடன்பிறந்த சகோதரர் ஆசிர்வாதம் – பாக்கியம் இணையரின் மகன் சாமுவேலுக்கு, செல்லூர் செல்வநாயகத்தின் மூத்த மகள் அன்னம்மாள் என்பவரையும், ஆசிர்வாதம் – பாக்கியம் இணையரின் மகள் அன்னம்மாளுக்கு, மதுரை மாவட்டம் முத்துலிங்காபுரம் ஞானசிகாமணி – உலகம்மை இணையரின் மகன் நல்லதம்பிக்கும் மணம்முடித்து வைத்தனர்.

இந்த நான்கு இணையருக்குமான வரவேற்பு நிகழ்வானது செல்லூரில் பரமக்குடி தமிழ் உலுத்திரன் சபையின் ஓதுவார் தலைமையில் நடைபெற்றது. இணையர்கள் சார்பாக சிறப்பான வரவேற்பு – விருந்துக்கு ஏற்பாடு செய்யப்பட்டது. இத்திருமணத்திற்கான மேடையமைக்க மட்டும் 14 நாட்கள் ஆனதாகச் சொல்லப்படுகிறது. அத்தகைய பிரமாண்டமான மேடை. இமானுவேல் சேகரனின் சித்தப்பா ஆசிர்வாதம் இந்நிகழ்வை முன்னின்று ஒழுங்கமைத்தார்.

மாறுவேடத்தில் களப்பணி

இமானுவேல் சேகரன் களச்செயல்பாட்டுக்குப் பிறகு சாதிவெறியும், தீண்டாமையும் மட்டுப்படுத்தப்பட்டு இருந்தது.

அவர் இராணுவத்திலிருந்து விடுப்பில் சொந்த ஊருக்குத் திரும்பிய காலங்களில் சமத்துவ உணர்வு மேலிட, அவரின் தலையீடு சாதியவாதிகளுக்கு கோபத்தை உண்டாக்கிற்று.

இருப்பினும் அவர் இராணுவத்தில் பணியாற்றியதால் 'பட்டாளக்காரர்' என்று அழைத்ததோடு, ஒருவகை மரியாதை கலந்த அச்ச உணர்வோடு அவரை அணுகினர்.

தேவேந்திரகுல வேளாளர் சமுதாய மக்களும் அவ்வாறே ஒருவித பாதுகாப்பு உணர்வுடன் நடந்துகொண்டனர். ஆனால், இந்தப் போக்கானது தொடர்ந்து நீடிக்கவில்லை.

இமானுவேல் சேகரன், விடுமுறை முடிந்து படைக்குச் சென்றவுடன் மக்கள் பழையபடி அடிமைப்படுத்தப்பட்டார்கள். இந்த நிலைமைகளை விளக்கி கிராமங்களிலிருந்து இராணுவ முகாமுக்கு எழுதப்பட்ட கடிதங்கள், அவரைத் தொடர்ந்து பணிசெய்ய விடவில்லை.

இராணுவப் பணியைத் துறந்தார். புதிய வீச்சுடன் களமாடத் தொடங்கிய இமானுவேல் சேகரனின் செயல்பாட்டால் கிராமங்களில் நிலவிய சாதிவெறி ஓரளவு குறைந்திருந்தது.

இருப்பினும் சில கிராமங்களில் இமானுவேல் சேகரனுக்குத் தகவல் தெரியாது என்பதாக நினைத்துக்கொண்டு சாதிவெறியை அவிழ்த்துவிட முனைந்தார்கள். இப்படியான கிராமங்களுக்கு மாறுவேடத்தில் சென்ற இமானுவேல் சேகரன் சாதியவாதிகளின் கொட்டமடக்கத் திட்டம் வகுத்தார்.

கொடுத்துச் சிவந்த கரம்

இராமநாதபுரம் மாவட்டம், முதுகுளத்தூர் வட்டத்தில் இசுலாமியர் ஒருவர் தன் மகளின் திருமணத்துக்கு நாள் குறித்து அதற்கான வேலைகளை மும்முரமாகச் செய்துவந்தார். ஆனால் திருமணத்துக்கான இறுதிக்கட்ட பணிகளுக்குப் பணமில்லை. என்ன செய்வதென்று புரியவில்லை! இந்நிலையில் இசுலாமியப்

பெரியவர் இமானுவேல் சேகரனிடம், தனது நிலைமைகளை எடுத்துச்சொல்லி உதவி கேட்டார்.

இமானுவேல் சேகரனிடமோ அப்போது பணமில்லை. ஆனால், கொடுக்க வேண்டுமென்ற மனமிருந்தது. சற்றும் யோசிக்கவில்லை. செல்லூரிலுள்ள தமது நெல் வயல் நினைவுக்கு வந்தது. கதிர் முற்றிய நிலையில் சில வாரங்களில் அறுவடைக்குக் காத்திருந்தது அவ்வயல்... இருந்தாலும் என்ன?

அந்தப் பொதி சுமந்த நெல் வயலை ஒற்றி வைத்து அதில் ஈட்டியப் பணத்தைக் கொடுத்து, அந்த இசுலாமியரின் இல்லத் திருமணத்தை உரிய காலத்தில் நடத்த உறுதுணை புரிந்தார்.

சுருள்வாள் சுழற்றிய சூரியன்

அன்றைய நாளில் இதம்பாடல் கிராமமே திருவிழாக் கோலம் பூண்டிருந்தது. திருவிழா என்றால் குலதெய்வ வழிபாட்டுடன் கரகாட்டம், பொய்க்கால் குதிரையாட்டம் போன்ற கலை நிகழ்வுகளும் நடைபெறும். கட்டிளம் காளையர்கள் சிலம்பம் சுற்றி மக்கள் கூட்டத்தின் முன்பு தங்கள் தனித்திறனை வெளிப்படுத்துவர்.

இது ஒவ்வொரு ஆண்டும் வழமையாக நடைபெறும் ஒன்றுதான்.

அந்த ஆண்டு சிலம்பம் சுற்றியவர்களில் இமானுவேல் சேகரன் பாசறையில் பயின்ற சண்முகத்தின் ஆட்டம் எதிரே நிற்பவர்களைத் திணறடித்தது. பார்க்கும் யாவரையும் ஆச்சரியத்தில் மூழ்கடித்தது.

அப்போது, திடிரென களத்தில் தோன்றிய இமானுவேல் சேகரன் தனது இடுப்பிலிருந்த 'பெல்ட்டை' உருவி எடுத்து சுருள்வாள் சுற்றத்தொடங்கினார்.

சுருள்வாளே 'பெல்ட்' வடிவம் கொண்டு அவரின் இடையில் சுருண்டு கிடந்தது. சுருள்வாளில் பட்டுத்தெறித்த கதிர்கள் சூரியனாய் மின்னியது. அவர் சுருள்வாள் சுழற்றிய வேகம் திருவிழா கூட்டத்தினரை வியப்பில் ஆழ்த்தியது. சுருள்வாளில் வெளிப்பட்ட ஒளிக்கீற்றுகள் மக்களிடத்தே நம்பிக்கைக் கீற்றை விதைத்தன.

அம்பேத்கருடன் அறிமுகம்

புரட்சியாளர் அம்பேத்கரின் அரசியல் உரையை வானொலி வாயிலாகக் கேட்டும், அவர் எழுதிய நூல்களை ஊன்றிப் படித்தும் தம் அரசியல் அறிவைக் கூர்மைப்படுத்திக் கொண்டார் இமானுவேல் சேகரன். இந்நிலையில் தேவேந்திரகுல வேளாளர் சமுதாய மக்கள் தங்கள் சமூக எழுச்சியினைக் காட்டும் நோக்கில், 1936ல் புரட்சியாளர் அம்பேத்கரை அழைத்து மாநாடு நடத்த வேண்டும் எனத் திட்டமிட்டு அது நடைபெறாமல் போயிற்று. பிறகு பத்தாண்டுகள் கழித்து, தேக்கம்பட்டி பாலசுந்தரராசு போன்ற தலைவர்களின் முன்முயற்சியால் 1946, டிசம்பர் 29ல் புரட்சியாளர் அம்பேத்கர் தமிழ்நாட்டுக்கு அழைத்து வரப்பட்டார். அந்த மாநாட்டில் புரட்சியாளர் அம்பேத்கரோடு பேராசிரியர் சிவராசும் உரை நிகழ்த்தினார். அம்பேத்கரின் ஆங்கில உரையை மேலக்கால் வீரபுத்திரன் என்பவர் தமிழில் மொழிபெயர்த்தார்.

தேக்கம்பட்டி பாலசுந்தரராசு

மதுரையிலுள்ள விக்டோரியா எட்வர்டு மன்றத்தில் நடந்த அந்த மாநாட்டில், தென் தமிழகமெங்குமுள்ள அருந்ததியர், தேவேந்திரகுல வேளாளர்கள், பறையர் உள்ளிட்ட பல்வேறு சமூக மக்கள் உணர்வெழுச்சியோடு கலந்துகொண்டனர். இராமநாதபுரத்திலிருந்து இமானுவேல் சேகரனும் தம் நண்பர்களோடு மாநாட்டில் பங்கேற்றார். இம்மாநாட்டின்போது தேக்கம்பட்டி பாலசுந்தரராசு அவர்கள் இமானுவேல் சேகரனை, புரட்சியாளர் அம்பேத்கரிடம் அறிமுகம் செய்துவைத்தார். இருபெரும் சமூகமாற்றப் போராளிகளின் இந்தச் சந்திப்பு வரலாற்று முக்கியத்துவம் வாய்ந்தது.

மீசைக்கு விளக்கம்

மதுரையில் நடந்த மாநாட்டில், இமானுவேல் சேகரனையும் தேக்கம்பட்டி பாலசுந்தரராசு அவர்களையும் பார்த்து குறுகிய அளவிலான மீசை குறித்து, அறிவர் அம்பேத்கர் விளக்கம் கேட்டமைக்கு, "எம் தமிழகத்தில் சில சமுதாயத் தலைவர்கள் அடர்த்தியான மிக நீளமான முறுக்கி விடப்பட்ட மீசையுடன்

வலம்வருகின்றனர். இதனால், எளிய மக்கள் அவர்களிடம் சுமூகமாக சகோதரத்துடன் பழகுவதற்கோ, நெருங்குவதற்கோ அந்தப் பயமுறுத்தும் தோற்றம் தடையாக உள்ளது. மக்களைப் பயமுறுத்துவது போலவோ மிரட்டுவது போலவோ இல்லாமல் அனைத்துத் தரப்பினரும் நம்மோடு வரவேண்டும். பழக வேண்டும். சமத்துவம் – சகோதரத்துவம் மலர வேண்டுமென்றால் தலைவர்கள் தங்களது அகத்தோற்றத்தையும் புறத்தோற்றத்தையும் மக்களுக்கானதாக வைத்துக்கொள்ள வேண்டும் என்பதன் அடையாளமாக நாங்கள் இப்படியான மீசையை வைத்திருக்கிறோம்" என்று விளக்கமளித்ததாக தேக்கம்பட்டி பாலசுந்தரராசு அவர்களின் புதல்வி, திருமதி முத்தம்மாள் எடுத்துரைத்தார்.

இமானுவேல் சேகரன்

பேரையூரைச் சேர்ந்த 'காங்கிரஸ்காரர்' என்றழைக்கப்படும் ஐயா வேலு அவர்கள் கூறுகையில், "இமானுவேல் சேகரனுக்கு இராணுவத்தில் இருந்தபோது சிறிய அளவிலான மீசையே இருந்தது. ஆனால் எங்கள் பகுதிக்கு வந்து மக்களுக்காகப் போராடுகையில் கொஞ்சம் பெரிய மீசை வைத்திருந்தார்" எனக் குறிப்பிடுகிறார். அவ்வாறான படங்களையே பதாகையிலும் வைக்க வேண்டும் என இன்றைய இளைஞர்களிடம் வலியுறுத்தி வருகிறார்.

தேக்கம்பட்டி முத்தம்மாள்

ஹாலிவுட் நடிகர் சார்லி சாப்ளின் வைத்திருந்த சிறியளவிலான மீசையை அந்நாட்களில் யாவரும் விரும்பிப் பின்பற்றினர்.

ஐயா வேலு அவர்கள், இமானுவேல் சேகரன் கொலை வழக்கில் அரசுத் தரப்பு சாட்சியாக இருந்தவர்.

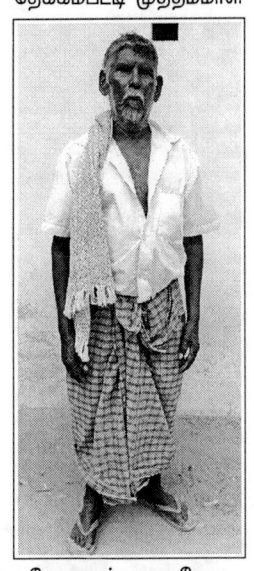

பேரையூர் ஐயா வேலு

அடிமைத் தொண்டூழியம் அகற்றம்

முகவை மாவட்டத்தின் பல்வேறு பகுதிகளில் நடைபெறும் திருவிழாக்களில் சாதியின் அடிப்படையில் தொண்டூழியம் செய்ய தேவேந்திரகுல வேளாளர்களும், இதர ஒடுக்கப்பட்ட சாதியினரும் பணிக்கப்பட்டார்கள். திருவிழாவை வெளியூர்களுக்குத் தெரிவிக்கும் வகையிலான தோரணங்களைக் கட்டுதல் தேவேந்திரகுல வேளாளர்களின் பணி. இதற்கு ஊதியம் எதுவும் வழங்கப்படமாட்டாது. உடல் உழைப்பு சார்ந்த தொண்டூழியமாக இது கருதப்பட்டது.

இமானுவேல் சேகரன் களப்பணியாற்றத் தொடங்கிய காலத்தில் இந்தத் தொண்டூழியத்தை 'அடிமைத்தனம்' என்றும், அதிலிருந்து தங்களை விடுவித்துக்கொண்டு - சுயமரியாதையுணர்வோடு நடந்துகொள்ள வேண்டும் என்பதையும் மக்களிடத்தே எடுத்துக்கூறி விழிப்புணர்வூட்டினார்.

பொதுவிழாக்களில் அனைத்து மக்களும் அனைத்துப் பணிகளையும் சமமாக - பகிர்ந்து செய்ய வேண்டும்; பறையடித்தல் போன்ற தொண்டூழியப் பணிகளைக் கூலியாட்கள் மூலமாகத்தான் செய்ய வேண்டும் என்ற கோரிக்கையை மக்களிடம் விளக்கிப் பேசிப் போராட்டத்தைக் கட்டமைத்தார்.

தங்களிடம் வரி வாங்க வேண்டும் என்ற தேவேந்திரகுல வேளாளர்களின் கோரிக்கையை சாதி இந்துக்கள் ஏற்கத் தயாராக இல்லை. இதனால் பல்வேறு கிராமங்களில் திருவிழாக்கள் நிறுத்தப்பட்டன.

கலவரச் சூழல் உருவானது. பல்வேறு கிராமங்களில் வரி வாங்கப்படாமல் புறக்கணிக்கப்பட்ட தேவேந்திரகுல வேளாளர்கள் தனியாக திருவிழாக்களை நடத்தி தங்கள் எதிர்ப்புணர்வை வெளிப்படுத்தினர்.

பொது விழாக்களில் சமத்துவம் கிடைக்கும்வரை இவ்விழாக்களைத் தனித்து நடத்தமாறு இமானுவேல் சேகரன் அறிவுறுத்தினார். ஆதரவுதரும் இதர சமுதாயத்தினரையும் இணைத்துக்கொண்டு இதனைச் செயற்படுத்த வேண்டுமென்றார். இப்படியாக, இமானுவேல் சேகரன் வழிபாட்டு உரிமைகளில் மக்களின் சிந்தனை மாற்றத்துக்கு வித்திட்டார்.

சாதி மறுப்பு இணையருக்கு வரவேற்பு

இமானுவேல் சேகரனுக்கு சாதியம் கடந்த மனநிலை என்பது எதார்த்தக் குணமாக இருந்தது. இளமையில் பெற்றோர் புகட்டிய அறிவு ஞானமும், பொதுவெளியில் பெற்ற அனுபவமும் அவரை சாதி மறுப்பாளராக மாற்றியது. இராமநாதபுரம் மாவட்டம் பரமக்குடி அருகிலுள்ள செங்கற்படை கிராமம் - அகமுடையார் சமுதாயத்தைச் சேர்ந்த ஜெகந்நாதனும், அன்றைய மதுரை மாவட்டம் பட்டிவீரன்பட்டியை அடுத்துள்ள அய்யன்கோட்டை கிராமம் - தேவேந்திரகுல வேளாளர் சமுதாயத்தைச் சேர்ந்த கிருஷ்ணம்மாளும் உறவினர்களின் எதிர்ப்பை மீறி, 06.06.1950ல் காந்தியப் பொருளாதார சிந்தனையாளரான ஜே.சி. குமரப்பா தலைமையில் சாதி மறுப்பு - காதல் திருமணம் செய்துகொண்டனர்.

மணமக்கள் இருவரையும் மணமகன் இல்லத்துக்கு அழைத்துவந்து சிறப்புச் செய்யும் பொறுப்பில் டாக்டர் சௌந்தரம் இராமச்சந்திரன், கெய்த்தான், மனோன்மணி ஆகியோர் ஈடுபட்டனர். அந்நிகழ்வு முடிந்து மணமக்கள்

உழவனின் நிலவுரிமை இயக்கத்தை நிறுவி,
ஒடுக்கப்பட்டோர் மீட்சிக்கு உதவிய
சாதி மறுப்பு இணையர் ஜெகந்நாதன்-கிருஷ்ணம்மாள்

செங்கற்படை சென்று திரும்பும் வேளையில் இமானுவேல் சேகரன், செல்லூர் கிராமத்தில் உற்றார் – உறவினர்கள் மற்றும் ஊர்மக்களைக் கூட்டி, சாதிமறுப்பு மணம் புரிந்த இணையர்களை மேளதாளம் முழங்க, ஆரவாரத்தோடு வரவேற்று, வாழ்த்தி, வழியனுப்பி வைத்தார்.

சாதியம் நெருப்புப் பிழம்பாய்க் கனன்றுகொண்டிருந்த காலச்சூழலில் இமானுவேல் சேகரனின் இந்தத் துணிச்சலான செயல் அனைவராலும் பாராட்டிப் பேசப்பட்டது. “ஒருவேளை சாதி இந்துக்கள் இமானுவேல் சேகரன் மீது கோபம் கொள்ள சாதி மறுப்பு இணையருக்கு வரவேற்பளித்த இவ்வரலாற்று நிகழ்வும் ஒரு காரணமாக இருக்கக்கூடும்” என சென்னை சட்ட மன்றத்தில் இமானுவேல் சேகரனுக்கு புகழஞ்சலி செலுத்துகையில் டாக்டர் சௌந்தரம் இராமச்சந்திரன் நினைவுகூர்ந்தார்.

கிருஷ்ணம்மாளும் ஜெகந்நாதனும் தேசிய அளவில் வினோபா பாவேவின் பூமிதான இயக்கத்தில் இணைந்து பயணித்தும், உழவனின் நில உரிமை இயக்கத்தை (Land for the tiller’s freedom - LAFTI) நிறுவியும் தமிழகத்தில் பல ஆயிரம் ஏக்கர் நிலங்களை மீட்டு, ஒடுக்கப்பட்ட சமூகத்தின் மீட்சிக்குக் குரல் கொடுத்தவர்கள் என்பது குறிப்பிடத்தக்கது.

தேக்கம்பட்டி பாலசுந்தரராசுக்கு வீரவணக்கம்

தென் தமிழகத்தின் ஒன்றுபட்ட மதுரை மாவட்டம், தேனி அருகிலுள்ள தேக்கம்பட்டி என்னும் கிராமத்தில் பிறந்த ‘தென்பாண்டி வேந்தர்’ தேக்கம்பட்டி பாலசுந்தரராசு, 1930களில், அந்தப் பகுதிகளில் நிலவிய சாதி ஆதிக்கத்துக்கும், அடாவடித்தனங்களுக்கும் எதிராகப் பல்வேறு போராட்டங்களை நடத்தியவர்.

தமது ஆளுமைத் திறத்தால் புரட்சியாளர் அம்பேத்கர், தந்தை பெரியார் போன்ற சமூகமாற்ற சிந்தனையாளர்களை அழைத்துவந்து மக்களிடத்தே அறிமுகப்படுத்தி சமூக எழுச்சியை உண்டாக்கினார். கல்வியால் மக்களை அடிமைத்தளையில் இருந்து விடுதலைபெற வேண்டி, கல்வி நிறுவனங்கள் பலவற்றை நிறுவியவர். அப்பகுதியில் வழிபாட்டு உரிமை மறுக்கப்பட்ட கோயில்களுக்குச் சென்று தலையீடு செய்து – தேவேந்திரகுல

வேளாளர் சமுதாய மக்களுக்கு மறுக்கப்பட்ட உரிமைகளை மீட்டெடுத்துத் தந்தவர்.

இத்தகைய ஆற்றல்மிகு மக்கள் தலைவரான தேக்கம்பட்டி பாலசுந்தரராசு, 11.05.1951ல் மறைவெய்தினார். அச்செய்தியறிந்த இமானுவேல் சேகரன், தேக்கம்பட்டி - மீனாட்சிபுரம் சென்று மக்கள் தலைவருக்கு வீரவணக்கம் செலுத்தினார்.

சுயசாதி எதிர்ப்பு

ஆதிக்கம் எந்த ரூபத்தில் வந்தாலும் - அது யாரிடமிருந்து வெளிப்பட்டாலும் எதிர்ப்பவனே உண்மையான புரட்சியாளனாக - சமூக மாற்றப் போராளியாக இருக்க முடியும். இமானுவேல் சேகரன் தன் இணையர் பிறந்த இதம்பாடல் கிராமத்துக்கு அடிக்கடி செல்வது வழக்கம். அப்போது அவர்கண்ட காட்சி நெஞ்சத்தை நெருடியது.

ஒரு பொதுக்கிணற்றில் அருந்ததிய மக்கள் காத்துக்கிடக்க ஏனையோர் தண்ணீர் இறைத்தவண்ணமிருந்தார்கள். அதனைக் கண்ணுற்ற இமானுவேல் சேகரன் காத்துக்கிடந்த பெண்களிடம் அது குறித்துக் கேட்டபோது, "அவுங்க உங்க ஜனங்கள்தான். அவுங்க தண்ணீர் எடுத்துச்சென்ற அப்புறம்தான் நாங்க இறைக்க முடியும். அதுக்கு மதியம் ஒரு மணியாகும்" என வருத்தம் தொனித்த வார்த்தைகளால் விவரித்தார்கள். இதனைக் கேட்ட இமானுவேல் சேகரன் அறச்சீற்றம் கொண்டார். அந்தக் கணமே அவர்களுக்குத் தன் கைகளால் நீர் இறைத்துக் கொடுத்ததோடு, அடுத்த நாளும் அவ்வாறே வரச்செய்து இளங்காலைப் பொழுதிலேயே அருந்ததிய மக்கள் அனைவருக்கும் நீர் இறைத்துக்கொடுத்தார்.

அதன் பொருட்டு, தான் பிறந்த சாதியினரிடமிருந்து எதிர்ப்புக் கிளம்பினாலும் எதிர்கொள்ளும் மனநிலையில் இருந்தார். ஆனால், இமானுவேல் சேகரனது செயலின் நியாயத்தை உணர்ந்த தேவேந்திரகுல வேளாளர் சமுதாய மக்கள் எதுவும் பேசவில்லை. அன்றைய நாளிலிருந்து அருந்ததியர் சமுதாய மக்களுக்கு அக்கிராமத்தில் சமத்துவ நீர் உரிமை கிட்டிற்று.

விதவை மறுமணம் தீர்மானம்

குழந்தைத் திருமணங்கள் பல்கிப் பெருகிய காலமது. அன்றைய நாளில் பரவிய கொள்ளை நோய்களால் இணையரில் ஒருவர் இறந்துவிட நேரிடும்போது குடும்பம் சிதைவுறும். பெண்கள் இறந்துவிட்டால் ஆண்கள் மறுமணம் செய்துகொள்வது இயல்பாக நடந்தது. ஆனால், ஆண்கள் இறந்துவிட்டால், பெண்கள் பொட்டிழந்து – பூவிழந்து – வெள்ளுடை தரித்து – நடைபிணமாக – விதவை என்ற பட்டத்தைச் சுமந்து – வாழ்நாளைக் கடத்த வேண்டிய அவலம் நிரம்பியிருந்தது. சமூகத்தின் சபிக்கப்பட்ட மனிதர்களாக இந்துத்துவா சனாதன தர்மம் அவர்களை நடத்தியது.

19ஆம் நூற்றாண்டில் விதவைகளின் எண்ணிக்கை இலட்சக்கணக்கில் பெருகிற்று. எனவே, சமூக சீர்திருத்தவாதிகள் பலர் விதவை மறுமணத்தை வலியுறுத்தத் தொடங்கினார்கள்.

இந்த நிலையில், 1856, சூலையில் அன்றைய ஆங்கிலேய அரசு விதவை மறுமணம் குறித்த சட்ட முன்வடிவை அறிமுகப்படுத்தி, விதவை மறுமணச் சட்டத்தை நிறைவேற்றியது. இருப்பினும் தென் மாவட்டங்களில் அது பற்றிய விழிப்புணர்வின்மையால் – மக்களின் அறியாமையால் – விதவைகளின் எண்ணிக்கை அதிகரித்தவாறு இருந்தது. இதனை மாற்ற முனைந்த இமானுவேல் சேகரன், 1953ல் இராமநாதபுரத்தில் நடைபெற்ற மாநாட்டில் விதவை மறுமணத்தை வலியுறுத்தி தீர்மானம் நிறைவேற்றினார்.

ஒரு தலைவர் உருவாகிறார்

இந்திய அளவில் மிகச்சிறந்த ஆளுமைகளான காந்தியார், நேரு, பட்டேல் உள்ளிட்ட தலைவர்களின் ஆதரவுடன் அகில இந்திய காங்கிரஸ் தலைவர் பதவிக்கு, பட்டாபி சீத்தாராமையாவை எதிர்த்துப் போட்டியிட்ட நேதாஜி சுபாஸ் சந்திரபோசுக்கு ஆதரவு தெரிவித்து – வெற்றிபெறச் செய்த முத்துராமலிங்கத்தேவரின் தேசிய அரசியல் செல்வாக்கின் தொடர்ச்சி; தமிழகத்தை ஆட்சி செய்த இராஜாஜி கொண்டுவந்த குலக்கல்வித் திட்டத்திற்கு எதிராக நாடு முழுவதும் எழுந்த எதிர்ப்பலைகள்; மேலும் மொழிவாரி மாநிலப்பிரிவினைக்கு

எதிரான போராட்டங்கள் உள்ளிட்ட காரணங்களால் விழிபிதுங்கி நின்ற காங்கிரஸ் கட்சிக்கு – தென்மாவட்டத்தில் பின்னாளில் முத்துராமலிங்கத்தேவர் கொடுத்த நெருக்கடி பேரிடியாக அமைந்தது.

எனவே, தென்தமிழகத்தில் தன் இளமை ததும்பும் வீரியமான செயல்பாடுகளால் சாதி ஆதிக்க அரசியலுக்கு சம்மட்டியடிக் கொடுத்துவந்த இமானுவேல் சேகரனைக் கட்சியில் களமிறக்கி விடுவதுதான் சரியான போட்டியாக அமையும் என முடிவுசெய்த காங்கிரஸ் மேலிடம் அவரைச் சந்திக்கக் காத்திருந்தது.

காங்கிரஸில் இணைதல்

சாதி – மத – வர்க்க எல்லைகளைக் கடந்து மக்கள் எங்கெல்லாம் சாதி ரீதியாக ஒடுக்கப்படுகிறார்களோ, எங்கெல்லாம் அதிகார வர்க்கம் எளிய மக்களின் உரிமைகளைத் தட்டிப்பறிக்கிறதோ அங்கெல்லாம் எழும் முதற்குரலாக இமானுவேல் சேகரனின் குரல் இருப்பதையும், மக்கள் செல்வாக்குமிக்க தலைவராக அவர் வளர்ந்து வருவதையும் அறிந்த காங்கிரஸ் கட்சி அவரைத் தம்மோடு இணைத்துக்கொள்ள எத்தனித்தது.

இமானுவேல் சேகரனும், காங்கிரஸ் கட்சியில் தன்னை இணைத்துக்கொள்வதன் மூலம் தமது மக்கள் பணிக்குக் கூடுதல் பலம் கிட்டும் என சிந்தித்து, 1954ஆம் ஆண்டின் இறுதியில் அன்றைய முதலமைச்சர் காமராசர் முன்னிலையில் அக்கட்சியில் இணைந்து சிறப்பாகச் செயலாற்றத் தொடங்கினார். நாவன்மைமிக்க பேச்சாளராக காங்கிரஸ் கட்சி மேடைகளில் தோன்றினார்.

அடிப்படை வசதிகளுக்கான போராட்டம்

1952ல் நடைபெற்ற முதலாவது பொதுத்தேர்தலில் இராமநாதபுரம் மாவட்டத்திலிருந்து தேர்ந்தெடுக்கப்பட்ட மக்கள் பிரதிநிதிகளான நாடாளுமன்ற உறுப்பினர்களும், சட்டமன்ற உறுப்பினர்களும் மக்களுக்கான அடிப்படை வசதிகள் இல்லாததைப் பற்றி கண்டுகொள்ளாத நிலையில் இமானுவேல் சேகரன், மக்களைத் திரட்டி இப்பகுதி மக்களுக்கான அடிப்படை வசதிகளுக்கான போராட்டங்களை முன்னெடுத்தார்.

இதனால், ஆளும் வர்க்கங்கள் அசைவு கண்டன; குண்டுங்குழியுமாக இருந்த சாலைகள் சீர்செய்யப்பட்டன; குடிநீர்க்குழாய்களில் தண்ணீர் தலைகாட்டியது; அஞ்சலகங்கள் செயல்படத்தொடங்கின; பேருந்துகள் கிராமங்களுக்குள் வந்துபோயின. மேலும், பொதுமக்களின் கல்வி மேம்பாட்டுப் பணிகளுக்கு முன்னுரிமையளித்து, அதற்காக தமது பொழுதையும் பொருளையும் செலவிட்டு பொதுப்பணிக்கு முன்னுதாரணமாய்த் திகழ்ந்தார். அடிப்படை வசதிகளுக்கான இமானுவேல் சேகரனின் போராட்டம் அனைத்துத் தரப்பு மக்களாலும் பாராட்டப்பட்டது.

ஆய்வாளருக்குக் கற்பித்த பாடம்

1952–53களில் பார்த்திபனூர் அருகிலுள்ள புதுக்குடி கிராமத்தில், தேவேந்திரகுல வேளாளர் சமுதாய மக்கள் பயன்படுத்தும் குடிநீர்க் கிணற்றில் யாரோ இரவில் மலத்தை அள்ளிப்போட்டுவிட்டார்கள். மனிதத் தன்மையற்ற இழிசெயலை அறிந்த கிராமத்தினர் அதிர்ச்சிக்குள்ளானார்கள். இந்நிலையில் பரமக்குடி பகுதியை மையமாகக் கொண்டு சமுதாயப் பணியாற்றிக்கொண்டிருந்த எஸ்.டி.தவசீலன், பரமக்குடியிலுள்ள இமானுவேல் சேகரனைச் சந்தித்து நடந்தவற்றை எடுத்துரைக்கிறார்.

உடனே, இமானுவேல் சேகரனும், எஸ்.டி.தவசீலனும் புகார் மனுவைத் தயாரித்துக்கொண்டு பரமக்குடி காவல் ஆய்வாளரைச் சந்திக்க காவல்நிலையம் செல்கின்றார்கள். அங்கு அவர் இல்லாததால், அவரின் இல்லத்துக்குச் சென்று அவர் வரும்வரை வீட்டின் தாழ்வாரத்தில் கிடந்த இருக்கைகளில் அமர்ந்திருக்கின்றார்கள். கால்மேல் கால்போட்டு அமர்ந்திருந்த இருவரையும் முறைத்தவாரே, "வந்த விவரத்தைச் சொல்லுங்கள்" என்றார் காவல் ஆய்வாளர். இமானுவேல் சேகரன், நடந்த விவரத்தைச் சொல்லி, "குற்றவாளிகளை உடனே கைதுசெய்ய வேண்டும்" என்று கோரிக்கை விடுத்தார். "நீங்கள் போங்கள்... நான் விசாரித்து நடவடிக்கை எடுக்கிறேன்" என காவல் ஆய்வாளர் அலட்சியமான உடல்மொழியால் சொன்னதும், "மக்கள் தண்ணீரின்றித் தவித்துக் கொண்டிருக்கிறார்கள்; நீங்கள் விசாரித்து நடவடிக்கை எடுக்கிறேன் என்கிறீர்கள். குற்றவாளிகளை உடனடியாகக் கைதுசெய்து, குடிநீருக்கு ஏற்பாடு

செய்யுங்கள்" என்று சற்றே உரத்த குரலில் கூறினார் இமானுவேல் சேகரன். "நீங்கள் உயரதிகாரி இல்லை, உத்தரவுபோட... மனு கொடுத்துவிட்டீர்கள்; செல்லுங்கள் பார்த்துக்கொள்கிறேன்" என்று அதிகார தோரணையில் பேசி அனுப்பி வைத்தார்.

ஆய்வாளருக்குத் தகுந்த பாடம் புகட்ட நினைத்த இமானுவேல் சேகரன், எஸ்.டி.தவசீலனை அழைத்துக்கொண்டு மாவட்டக் காவல் கண்காணிப்பாளருக்கு ஒரு தந்தி அனுப்பினார். தந்தி கொடுத்த இரண்டு மணி நேரத்தில் பரமக்குடி காவல் ஆய்வாளர், சம்பவ இடத்துக்கு வருவதற்கு முன்பே கமுதி ரிசர்வ் போலீஸார், சம்பவத்தில் தொடர்புடைய குற்றவாளிகளைக் கைது செய்தனர். இமானுவேல் சேகரனின் சாதுர்யமான இச்செயல் பரமக்குடி காவல் ஆய்வாளரை அதிர்ச்சிக்குள்ளாக்கியது; அவரின் மெத்தனப்போக்குக்குப் பாடமாகவும் அமைந்தது.

குடி ஊழியத்துக்கு எதிரான கிளர்ச்சி

ஆண்டுக்கொருமுறை நடத்தப்படும் எருதுகட்டு விழா, முளைக்கொட்டு விழா, களரி விழா என தொடங்கிவிட்டால் போதும், தொண்டூழியம் செய்யும் சாதியினர் தத்தம் பணிகளைச் செய்ய ஆயத்தமாகிவிட வேண்டுமென்பது இந்துத்துவா வகுத்திருக்கும் எழுதப்படாத சட்டம். மனு தர்மம் விதித்திருக்கும் இந்த வாய்ப்பைச் சாதியவாதிகள் விட்டுவிடுவார்களா என்ன? நாடார்கள் பனை ஓலைகளையோ, தென்னை ஓலைகளையோ கொண்டு பந்தல் அமைக்கவும், தேவேந்திரகுல வேளாளர்கள் தோரணம் கட்டவும், பறையர்கள் பறையிசைக்கவும், வண்ணார்கள் தீப்பந்தம் ஏந்தவும், தச்சர்கள் கழுமரம் செய்யவும், குயவர்கள் பானைகளைச் செய்துதரவும், அருந்ததியர்கள் இதர ஏவல் பணிகளைச் செய்யவும் கட்டளையிடப்பட்டிருந்தார்கள்.

கோயில் – புனிதம் – தெய்வம் ஆகியவற்றின் அடிப்படையில் திணிக்கப்பட்டிருந்த நம்பிக்கைகளே, மக்களிடம் இத்தகைய கட்டுப்பாடுகளை நிலைப்படுத்த சாதியவாதிகளுக்கு வாய்ப்பாகிப்போனது. இத்தகைய அடிமைத் தொண்டூழியப் பணிகளை அனைத்துச் சமுதாயத்தினரும் பங்கிட்டுச் செய்ய வேண்டும் அல்லது கூலியாட்களை வைத்துச் செய்ய வேண்டும் என்று சாதியவாதிகளிடம் கோரிக்கை வைத்து மக்களிடம் கிளர்ச்சியை உண்டாக்கினார் இமானுவேல் சேகரன்.

திருச்சபை மூலம் சமூகப்பணி

அக்காலங்களில் கிறித்துவ மதம், ஒடுக்கப்பட்ட மக்களின் கல்வி முன்னேற்றத்தில் பெரும்பங்காற்றியது குறிப்பிடத்தக்கது. இராணுவத்திலிருந்து விலகிய பிறகு சமூகப் பணியாற்றத் தொடங்கிய இமானுவேல் சேகரன், முன்முயற்சியெடுத்து, கிறித்துவ திருச்சபை பள்ளிகளில் கல்வி – வேலைவாய்ப்புகளில் ஒடுக்கப்பட்ட கிறித்துவம் தழுவிய மக்களுக்கான பல்வேறு வாய்ப்புகளைப் பெற்றுத்தந்தார்.

மேலும், தமிழ் சுவிசேஷ உலுத்தரன் கிறித்துவர் ஒன்றியம் என்னும் அமைப்பின் செயலாளராகப் பொறுப்பேற்ற இமானுவேல் சேகரன் அதன் தலைவர் பெருமாள் பீற்றருடன் இணைந்து 26.09.1954ல் கமுதியில் மாநாடு ஒன்றைக் கூட்டி, ஒடுக்கப்பட்ட மக்களின் கல்வி மேம்பாட்டுக்கும், கிராமங்களின் வளர்ச்சிக்கும், திருச்சபையிலுள்ள சங்கங்களின் சரியான பிரதிநிதித்துவத்துக்கும் முக்கியத்துவமளிக்கும் வகையில் தீர்மானம் நிறைவேற்றினார். இமானுவேல் சேகரனின் இச்செயல்பாடுகள் கிறித்துவம் தழுவிய மக்களின் முன்னேற்றத்துக்குச் சிறந்த வழிகாட்டலாக அமைந்தன.

சொத்தை விற்றுப் பொதுத்தொண்டு

‘பொதுத்தொண்டு’ செய்வதாய்க் கிளம்பி, தேர்தல் அரசியலில் பங்கேற்று மக்களைக் கவர்ந்து – வாக்குகளைச் சுரண்டி – பதவிகள் பல பெற்று – சொத்துகளை வாங்கிக் குவிக்கும் ‘பொதுவாழ்க்கை நாயகர்களை’ நாம் அன்றாடம் பார்த்துக்கொண்டிருக்கிறோம்.

ஆனால், மக்கள் தொண்டுக்கென தங்கள் சொத்துகளை விற்றுச் செலவழிக்கும் உண்மையான உத்தமபுத்திரர்களை ஆங்காங்கே அரிதாக அடையாளம் காட்டுகிறது வரலாறு. அப்படியான வரலாற்றுப் புருஷர்தான் இமானுவேல் சேகரனும்.

முதுகுளத்தூர் – சிக்கல் பகுதியில் நிலவும் தீண்டாமைக் கொடுமைகளைக் களைவதற்கென மாநாடுகளைக்கூட்ட வேண்டும் என முடிவுசெய்த நிலையில் மாநாட்டுச் செலவுக்குப் பணமில்லை. என்ன செய்வது என்று யோசித்த இமானுவேல் சேகரன், செல்லூரில் குடும்பச்சொத்து என்ற வகையில்

தந்தையின் பங்கு 20 ஏக்கரில் தம்பிக்குரிய பங்கைப் பிரித்துக் கொடுத்ததுபோக, தமது பங்கில் 10 ஏக்கரில் ஒரு பகுதியை விற்று, 1954ல், சிக்கலில் தீண்டாமை ஒழிப்பு மாநாட்டைச் சிறப்பாக நடத்தினார்.

கொலைச் சதியிலிருந்து தப்பித்தல்

1955ல் இமானுவேல் சேகரனின் இணையர் அமிர்தம் கிரேஸ் செல்லூரிலுள்ள மாவட்டக் கழகப் பள்ளியிலிருந்து வெங்கட்டன்குறிச்சியிலுள்ள தொடக்கப்பள்ளிக்கு இட மாற்றம் செய்யப்பட்டார். எனவே குடும்பத்தோடு வெங்கட்டன்குறிச்சிக்குக் குடிபெயர்ந்தார்கள்.

முதல் நாளான அன்று இரவு, இமானுவேல் சேகரன் வந்திருப்பதை முன்கூட்டியே அறிந்திருந்த சாதிவெறியர்கள், அவர் குடும்பத்துடன் அயர்ந்து உறங்கிக்கொண்டிருந்த பொழுதில், வீட்டின் மீதேறி ஓட்டைப் பிரித்து உள்ளே இறங்கி இமானுவேல் சேகரனைக் கொலைசெய்ய முயற்சிக்கிறார்கள். சத்தம் கேட்டு அமிர்தம் கிரேஸ் விழித்து, இமானுவேல் சேகரனை எழுப்பிவிட, அவர் விளக்கை ஏற்றி, வெளியில் வருவதற்குள் கொலைவெறிக்கும்பல் தப்பியோடிவிட்டது.

இதற்கிடையே கொலைக்கும்பல் எறிந்த கல்லொன்று உறங்கிக்கொண்டிருந்த குழந்தைகளுக்கு நடுவில் விழுந்தது. நல்லவேளையாக எதிரிகளின் அன்றைய தாக்குதல் முயற்சியில் எவ்விதப் பாதிப்புமின்றி தப்பித்தது இமானுவேல் சேகரனின் குடும்பம். அதற்குப் பிந்தைய நாட்களில் பாதுகாப்பு அரணோடே அவ்வூரில் வாழ்ந்தார்.

இளைஞர்களுக்குப் பயிற்சி

இணையர் அமிர்தம் கிரேஸின் பணி நிமித்தமாக வெங்கட்டன்குறிச்சி சென்ற புதிதில் இமானுவேல் சேகரனின் குடும்பம் ஆதிக்கச் சாதியினரின் கொலை முயற்சி, தொடர்ந்த மிரட்டலுக்கு ஆளாகியது. சேதுபதி மன்னர்களுடைய உறவினர்களின் நேரடி ஆதிக்கம் நிலவிய பகுதி என்றால் எப்படியிருக்கும் என்பதை யூகித்துக்கொள்ளுங்கள்!

இமானுவேல் சேகரன் (இடதுபுறம் கருப்பு கோட் அணிந்தவர்) தன் நண்பர்களுடன்

வெங்கட்டன்குறிச்சி, தேவேந்திரகுல வேளாளர் சமூக மக்கள் பெரும்பான்மையாக வாழ்கின்ற கிராமம். அந்தக் கிராமத்தில்தான் இமானுவேல் சேகரன் தமது இணையரின் பணி நிமித்தமாக இரண்டு ஆண்டுகள் தங்கியிருந்தார்.

அந்நாட்களில் தமது பாதுகாப்பை உறுதிசெய்யவும், இளைஞர்களுக்குத் தற்காப்புக் கலையைக் கற்றுக்கொடுக்கும் வகையிலும் சுமார் 300க்கும் மேற்பட்ட இளைஞர்களுக்கு கம்பு, சிலம்பம் சுற்றுதல், சுருள்வாள், மற்போர், துப்பாக்கிச்சுடுதல், வெடிகுண்டுகள் செய்வது – கையாள்வது போன்ற பயிற்சியளித்தார்.

இதனால் இமானுவேல் சேகரனைச் சுற்றி, மலர்களை மொய்க்கும் தேனீக்களைப்போல எப்போதும் இளைஞர் கூட்டம் அரணாகச் சூழ்ந்து நிற்கும்.

இப்படியாகப் பயிற்சிபெற்ற இளைஞர்களில் வெங்கட்டன் குறிச்சி வேல்முருகன் என்பவர் பின்னாளில் சிறந்த ஆற்றலுடன் விளங்கினார். தலைவரின் படுகொலைக்குப் பிறகு நடந்த எதிர்த்தாக்குதலில் முக்கியப் பங்காற்றினார்.

பகலிரவு பாரா சமூகத்தொண்டு

தம் மக்களிடம் பீடித்திருக்கும் அடிமைத்தனங்களை வேரறுக்கவும், சாதியவாதிகளின் அடக்குமுறைகளைத் தகர்த்தெறியவும் மக்களிடம் அரசியல் விழிப்புணர்வூட்டுவது அவசியமெனக் கருதினார். தம் மக்களின் நலனுக்காகவே இராணுவப்பணியைத் துறந்தவரல்லவா அவர்? எனவே, பகலிரவு பாராது மக்களை அரசியற்படுத்தும் கடமையில் தீவிரம் காட்டினார். இராணுவ மிடுக்கோடு வலம் வந்த இமானுவேல் சேகரனின் எளிய பேச்சு மக்களிடையே நல்ல மாற்றத்தை உண்டாக்கிற்று.

பகல் வேளைகளில் பசுமை நிறைந்த வயல்வெளிகளையும், தெருவோரத் திண்ணைகளையும், சாலையோர மரத்தடி நிழல்களையும் பயிற்சிப் பட்டறைகளாக மாற்றினார். இரவுப்பொழுதில் அந்திசாயும் நேரம் தொடங்கி நள்ளிரவு வரை – சைக்கிளை மிதித்துக்கொண்டு கிராமங்கள் தோறும் சென்று – ‘பெட்ரோ மாக்ஸ்’ எனப்படும் தூக்கு விளக்கொளியில் சாதியத்தால் துவண்டுகிடந்த மக்களிடத்தில் நம்பிக்கை விதைகளைத் தூவி எழுச்சியூட்டினார்.

கலைகள் மூலம் விழிப்புணர்வு

தீண்டாமைக் கொடுமைகள் எனும் மாந்த நேயமற்ற செயலை தமிழ் மண்ணிலிருந்து அகற்றி, அறம் போற்றும் பொன்னுலகம் படைக்கும் நோக்குடன் இமானுவேல் சேகரன் தொடர்ந்து போராடினார். எனவே, தீண்டாமைக் கொடுமைகளைக் களைய, மக்கள் கூடுமிடங்களில் நாடகங்கள் நடத்தியும், முச்சந்திகளில் தெருக்கூத்துகள் ஆடச்செய்தும் மக்களிடம் விழிப்புணர்வை உண்டாக்கினார்.

நாடகங்கள் மூலம் தேவேந்திரகுல வேளாளர் சமுதாய மக்கள் விழிப்புணர்வடைவதை விரும்பாத சாதி இந்துக்கள் சில இடங்களில் நாடகக் கொட்டகைகளை நெருப்பிட்டுக் கொளுத்தி, தங்கள் அரம்பத்தனத்தை வெளிப்படுத்துவர். இதையெல்லாம் பொருட்படுத்தாத இமானுவேல் சேகரன் அடுத்தடுத்த கிராமங்களில் நாடகங்களை நிகழ்த்தி மக்கள் களத்தில் முன்னணியில் நின்றார்.

ஒடுக்கப்பட்ட வகுப்பார் கழகம்

அந்நாட்களில் ருத்ரதாண்டவமாடிய சாதியத்துக்குச் சம்மட்டி அடி கொடுத்த இயக்கமாக இமானுவேல் சேகரனின் 'ஒடுக்கப்பட்ட வகுப்பார் கழகம்' விளங்கியது.

எடுத்துக்காட்டாக, பனையூரில் தேவேந்திரகுல வேளாளர்கள் மீது சாதி இந்துக்கள் தாக்குதல் நடத்திய நாளன்றே, குளத்தூர் கிராமத்தில் ஆண்டி குடும்பன் தலைமையில் 13 தேவேந்திரகுல வேளாளர்கள் சாதி இந்துக்களைத் தாக்கினர். இந்தத் தாக்குதல் நிகழ்வுக்காக பின்னாளில் அவர்களுக்குக் கடுங்காவல் சிறை தண்டனை விதிக்கப்பட்டது.

மற்றொரு சம்பவத்தில் செய்யாமங்களத்தைச் சேர்ந்த சாதி இந்துக்கள், தேவேந்திரகுல வேளாளர்கள் வாழக்கூடிய கிராமங்களுக்குள் புகுந்து இரவில் கொள்ளையடிக்கவிருப்பதாக செய்யாமங்களம் சாதி இந்து ஒருவர் மூலமாக இரகசியக் தகவல் கிடைக்கிறது. அச்சமடைந்த பக்கத்திலுள்ள கிராம மக்கள், இதனை அன்றைய நாளில் பள்ளர் சமுதாய முன்னேற்றச் சங்கத்தில் செயலாற்றி வந்த, பார்த்திபனூர் அருகிலுள்ள புதுக்குடி கிராமத்தைச் சேர்ந்த எஸ்.டி.தவசீலனுக்குத் தெரிவித்தார்கள். மதியம் 3.00 மணியளவில் எஸ்.டி.தவசீலன் பரமக்குடி சென்று இமானுவேல் சேகரனைச் சந்தித்து சம்பவத்தை எடுத்துரைத்தார். உடனடியாக இருவரும் அபிராமம் கிளம்பி, காவல்நிலையத்தில் புகார் கொடுத்தார்கள். அன்று மாலையே அக்கிராமங்களுக்கு காவல்துறை பாதுகாப்பு அளித்தது. நீண்ட நேரமானதால், அபிராமத்திலிருந்து பார்த்திபனூர் வந்த அவர்களால், 9.00 மணிக்கு மதுரையிலிருந்து பரமக்குடி செல்லும் பேருந்தைப் பிடிக்க முடியவில்லை. அதுவே, கடைசிப் பேருந்து. இதனால் பார்த்திபனூரிலுள்ள உறவினர் ஒருவரின் உதவியால் மிதிவண்டியில் சூடியூர் சென்று அங்கிருந்து தொடர்வண்டி மூலமாக பரமக்குடி வந்தடைந்தார்கள்.

எஸ்.டி.தவசீலன்

இப்படியாக மக்கள் பிரச்னைகளில் காலதாமதமின்றி உரிய நேரத்தில் செயலாற்றுபவராக இமானுவேல் சேகரன் இருந்ததாக 'வைகை பாசன விவசாயச் சங்க'த்தின் தலைவராக இருந்த எஸ்.டி.தவசீலன் தெரிவித்தார்.

சீற்றமும் எதிர்வினையும்

அடக்குமுறைக்கு எதிராக விடுதலைபெற விரும்புவது உயிரினங்களின் இயல்பு. மண்ணில் நெளியும் புழுக்கள்கூட தம்மைச் சீண்டுவோரை வெடுக்கென வளைந்து தாக்க முயலும். முகவை மாவட்ட தேவேந்திரகுல வேளாளர்கள் மட்டும் இதற்கு விதிவிலக்கா என்ன? ஒடுக்குமுறைக்கு எதிராகக் கிளர்ந்தெழுந்தார்கள்! சீற்றமடைந்தார்கள்! சாதியவாதிகளுக்கு அதிர்ச்சி வைத்தியமளித்தார்கள்!

அப்படித்தான் ஒருமுறை, கீழச்செல்வனூரில் தேவேந்திரகுல வேளாளர் சமுதாயத்தைச் சேர்ந்த 7 பேரை சாதி இந்துக்கள் தாக்கி காயத்துக்குள்ளாக்கினார்கள். இதே போன்று வீரம்பல் பால்ராஜ் காவல்துறையில் பணியாற்றும் தனது உறவினர் வேதமாணிக்கத்தோடு பெண் பார்க்கச் சென்றபோது சாக்குளம் சாதி இந்துக்கள் அவர்களைத் தாக்கினர். இவ்விரு சம்பவங்களிலும் இமானுவேல் சேகரன் தலைமையில் தகுந்த பதிலடி கொடுக்கப்பட்டது.

புத்தாம்பல் என்னும் கிராமத்தில் தேவேந்திரகுல வேளாளர் சமுதாயத்தினருடைய ஆடுகளையும் 200 ரூபாய் பணத்தையும் சாதி இந்துக்கள் கொள்ளையடித்துவிட்டார்கள். இதனை மீட்க இமானுவேல் சேகரன் தலைமையில் சென்ற குழுவினர் திருடர்களின் கையை வெட்டிவிட்டு ஆடுகளை மீட்டு வந்தனர்.

இப்படியாக, இமானுவேல் சேகரன் இளைஞர்களைத் திரட்டி எதிர்வினையாற்றிய சம்பவங்கள் பலவற்றைக் குறிப்பிடலாம்.

குலக்கல்விமுறைக்கெதிராக கையெழுத்தியக்கம்

1954ல் தமிழ்நாட்டின் முதலமைச்சரான இராச கோபாலாச்சாரி தனது பார்ப்பனத் திமிரை தமிழர்களிடம் திணிக்கும் நோக்கில் – மனு சாஸ்திரத்தின் அடிப்படையிலான

– வருணாசிரம தர்மத்தை மீண்டும் ஏற்படுத்தும் நோக்கில் குலக்கல்வித் திட்டத்தைக் கொண்டுவந்தார். அக்குலக்கல்வித் திட்டத்தை எதிர்த்து தமிழகமெங்கும் மக்கள் போராட்டங்கள் வெடித்தன.

தந்தை பெரியார் 24.01.1954 அன்று குலக்கல்வித் திட்டத்தைத் திரும்பப்பெற 3 மாதம் கெடு விதித்து ஒற்றைத் தீர்மானம் நிறைவேற்றினார். 'மாணவர்கள் தங்கள் பள்ளிப் படிப்பின்போது ஒரு பகுதி நேரத்தை தமது தந்தையின் குல வழிப்பட்ட தொழிலைச் செய்யவேண்டும்' என்ற கட்டளையைப் பிறப்பிக்கும் திட்டத்துக்கு எதிராக மக்களின் குரல்கள் தொடர்ந்து ஒலித்தன.

இக்குலக்கல்வி முறையை எதிர்த்து தியாகி இமானுவேல் சேகரன் கையெழுத்து இயக்கம் நடத்தி, ஆரியத்தின் சூழ்ச்சிதனைத் தகர்த்தெறிய தமது பங்களிப்பை நல்கினார். 13.4.1954ல் தமிழக முதலமைச்சரான காமராசர் மக்களின் பேராதரவோடு, குலக்கல்வித் திட்டத்தை இல்லாதொழித்தார். முன்பிருந்த முழுநேரக் கல்விமுறை தொடர ஆணையிட்டார்.

இரட்டைக்குவளை ஒழிப்பு மாநாடு

தேநீர்க் கடைகள் நாட்டின் அரசியல் நிலவரங்களை அலசும் மக்கள் சந்திப்பகங்கள் என்றால், அங்கு சாதியவாதிகளால் பின்பற்றப்படும் இரட்டைக்குவளை முறைகள் – சாதிய உளவியலின் உச்சகட்ட வெளிப்பாடாகப் பல்லிளிக்கும் மனுநீதி பாத்திரங்கள்.

இரட்டைக்குவளை முறையைப் பின்பற்றிவந்த கடை உரிமையாளர்களிடம், சாதியப் பாகுபாடான இம்முறையைக் கைவிடப் பலமுறை எச்சரித்தும் கண்டுகொள்ளாது அலட்சியம் காட்டிய கடைகளுக்குள் தமது ஆதரவாளர்களுடன் புகுந்து குவளைகளை உடைத்து நொறுக்கினார்.

இமானுவேல் சேகரனின் இந்த நடவடிக்கை வெகுமக்களை ஈர்த்ததோடு மட்டுமல்லாமல், அரசு இயந்திரங்களின் கவனத்தையும் பெற்றது. தமது செயல்பாட்டினை மக்கள் மயப்படுத்தும் வகையில் 26.05.1954ல் அருப்புக்கோட்டையில் இரட்டைக்குவளை ஒழிப்பு மாநாட்டைக் கூட்டினார்.

மாமூல் ஒழிப்பு நடவடிக்கை

உழைப்பதற்குத் திராணியற்ற சமூக விரோதிகள் சிலர், தங்கள் சாதிய பெரும்பான்மை அராஜகத்தோடு பரமக்குடி, முதுகுளத்தூர், கமுதி முதலான பகுதிகளிலுள்ள சிறு கடைகளுக்குச் சென்று வணிகர்களை அரற்றி - மிரட்டி மாமூல் வசூலித்து - வயிறு வளர்த்து வந்தனர். வணிகர்களின் மூலமாக இமானுவேல் சேகரனுக்கு தகவல் தெரியவர தனது மக்கள் பலத்தால் எதிர்வினை புரிந்து மாமூல் நடவடிக்கையை ஒழித்துக்கட்டினார்.

மாமூல் வசூல் புரியும் அரம்பர்களின் நடமாட்டமின்றி, வணிகர்கள் நிம்மதிப் பெருமூச்சுடன் தங்கள் வணிக நடவடிக்கைகளை மேற்கொண்டனர்.

இமானுவேல் சேகரனின் இந்தத் துணிச்சல் மிகுந்த செயல்பாட்டைக் கௌரவிக்கும் வகையில் முதுகுளத்தூர் பகுதி வணிகர் சங்கத் தலைவர் பதவி வழங்கிச் சிறப்பித்தனர்.

எதிர்வினையும் வழக்கும்

அந்தந்தக் கிராமப் பெரியவர்களின் கோரிக்கையை ஏற்று கிராமங்கள் தோறும் சென்று, தீண்டாமையைக் கடைப்பிடிக்கும் நோக்கிலான இரட்டைக் குவளை முறையை இல்லாதொழிக்க அரும்பாடுபட்டார்.

சமூகத்தைப் பிளவுபடுத்தும் இரட்டைக் குவளை முறையைக் கைவிடச் சொல்லி கடைக்காரர்களை பலமுறை எச்சரித்தும் சாதிவெறிபிடித்த தேநீர்க் கடைக்காரர்கள் இம்முறையைக் கைவிடுவதாக இல்லை. இதனால் ஆத்திரமடைந்த இமானுவேல் சேகரன் தனது ஆதரவாளர்களுடன் கடைகளுக்குள் புகுந்து தேநீர்க் குவளைகளை அடித்து நொறுக்கினார். சாதியவாதிகளின் அச்சுறுத்துதலைப் பொருட்படுத்தாது மக்கள் பலத்தை நம்பி இவ்வாறான களப்போராட்டங்களைக் கட்டமைத்தார். அந்த சட்டவிரோதச் செயலை அரசின் கவனத்துக்குக் கொண்டு சென்றார். 1954, மே 25ல் அருப்புக்கோட்டையில் நடத்திய இரட்டைக்குவளை ஒழிப்பு மாநாடு அதற்கு மேலும் உரமூட்டியது; பரப்புரைக் களமாக அமைந்தது.

அம்மக்கள் திரள் மாநாட்டிற்குப் பிறகே இராமநாதபுரம் மாவட்டத்திலுள்ள காவல்நிலையங்களில் இரட்டைக்குவளை முறைக்கு எதிராக ஏராளமான வழக்குகள் பதியப்பட்டன. இப்படியான இமானுவேல் சேகரனின் தொடர் சமூகப் பணியே இரட்டைக்குவளை முறையை இல்லாதொழிக்கவும், தேநீர்க் கடைகளில் சமத்துவம் நிலவவும் வழிவகுத்தது.

தோளிலேறிய துண்டுகள்

பரமக்குடி அருகிலுள்ள கலையூர் கிராமத்தில் வாழ்ந்த சாதி இந்துக்கள் தாங்கள் வசிக்கும் தெருக்களில் அங்கே பூர்வீகக்குடியாக வாழ்ந்துவரும் தேவேந்திரகுல வேளாளர் சமுதாய மக்கள் நடக்கக்கூடாது என்று தடைவிதித்து வந்தனர். சட்டத்துக்குப் புறம்பான இந்தத் தடையை அக்கிராம மக்கள் எதிர்த்துக் கேட்க முடியாத நிலை. இதனால் மக்கள் தங்கள் குடியிருப்புகளுக்குச் செல்வதற்கே ஊருக்குப் புறமாக உள்ள வயல்வெளிகளைச் சுற்றி அலைய வேண்டிய அவலம் பல காலமாக நீடித்து வந்தது.

மேலும், ஆதிக்கச் சாதியினரைப் பார்த்தால் ஒடுக்கப்பட்ட சமுதாயத்தினரின் தோள்களில் இருக்கும் துண்டுகளானது கக்கத்துக்கு இடம்பெயர்ந்துவிட வேண்டும். இமானுவேல் சேகரனின் களச்செயல்பாடுகளை அறிந்த அக்கிராமத்து மக்கள் அவரிடம் முறையிட, அதற்கான நடவடிக்கையைத் துரிதப்படுத்தினார். மறித்துக் கிடந்த பாதைகள் வழி திறந்தன. தேவேந்திரகுல வேளாளர் சமுதாயப் பெரியவர்களின் கக்கத்தில் கிடந்த துண்டுகள் தோள்களில் ஏறின.

மலேசியாவில் ஆறு மாதங்கள்

இமானுவேல் சேகரன் அவர்களின் மைத்துனர் அதாவது, துணைவியார் அமிர்தம் கிரேஸின் தம்பி தங்கப்பன் இமானுவேல் சேகரனை மலேசியாவுக்கு வருமாறு கடிதங்களின் வழியேயும் – நேரிலும் வலியுறுத்தி வந்தார். மைத்துனரின் அன்புத் தொல்லைக்கு இணங்கி ஒருவழியாக மலேசியாவுக்கு வருவதாக தன் இசைவைத் தெரிவித்தார். அங்கு சில காலம் பணிசெய்து கொஞ்சம் பொருளீட்டலாம் என்பது இமானுவேல்

சேகரனின் விருப்பமாக இருந்திருக்கக்கூடும். ஆனால், மனம் அதற்கு ஒத்துழைக்கவில்லை. அவர் நினைப்பெல்லாம் முகவை மண்ணைச் சுற்றியே வட்டமிட்டது.

தாய்நாட்டில் சாதியத்தால் மக்கள்படும் வேதனைகள் அவரின் மனக்கண்ணில் வந்துபோயின. நாடு திரும்ப வேண்டும் என்கிற தன் விருப்பத்தைத் தெரிவித்துவிட்டு ஆறு மாத கால அயல்தேசப் பயணத்தை முடித்துக்கொண்டு தாயகம் திரும்பினார். அவரை வரவேற்கக் காத்திருந்தது சாதியொழிப்புக் களம்!

கடையில் தொங்கிய பூட்டு

முதுகுளத்தூர் அருகிலுள்ள பூக்குளம் கிராமத்தில் அமைந்துள்ளது ஒரு தேநீர்க் கடை. அது இசுலாமியர் ஒருவருக்குச் சொந்தமானது. அந்தத் தேநீர்க் கடையில் வீரம்பல் தேவேந்திரகுல வேளாளர்களும், இளஞ்செம்பூர் சாதி இந்துக்களும் ஒன்றாக அமர்ந்து தேநீரைக் குடித்துவந்தார்கள். இதனை இழுக்காகக் கருதிய சாதி இந்துக்கள், "தேவேந்திரகுல வேளாளர்கள் எங்களுக்குச் சமமாக அமர்ந்து தேநீர்ப் பருகுவதா? அவர்களுக்குத் தேநீர்க் கொடுக்கக்கூடாது" என்று கடைக்காரரை மிரட்டினார்கள். கடைக்காரரும் சாதி இந்துக்களின் மிரட்டலுக்கு அஞ்சி அடங்கிப்போனார்.

இந்தத் தகவல் இமானுவேல் சேகரனின் செவிகளை எட்ட, தீண்டாமைப் போக்கைக் கடைப்பிடித்து வந்த கடையைப் பூட்டி, சாவியை எடுத்துச்சென்றுவிட்டார். இமானுவேல் சேகரனின் இந்தச் சாதிய எதிர்ப்பு செயல்பாடு சாதி இந்துக்களிடையே அதிர்வலைகளை உண்டாக்கிற்று.

காவல் சார்புஆய்வாளர் இடமாற்றம்

சாயல்குடி அருகேயுள்ள காடமங்களம் கிராமத்தில் உழுதுகொண்டிருந்த தேவேந்திரகுல வேளாளர் சமுதாயத்தைச் சேர்ந்த முருகன் என்பவரை சாதி ஆதிக்கக் கும்பலொன்று தாக்குதல் நடத்தியதோடு கடத்திக்கொண்டும் சென்றுவிட்டது. கூடவே மாடுகளையும். இது தொடர்பாக காடமங்களம் காவல்நிலையத்தில் புகார் கொடுக்கச் சென்ற ஜேக்கப்

தங்க. செங்கதிர் | 57

என்ற ஆசிரியரின் புகாரைக் கிள்ளுக்கீரையாக நினைத்து, மனுவைக் குப்பைக்கூடையில் வீசியெறிந்தார் காவல் சார்பு ஆய்வாளர். சாதி ஆதிக்கக் கும்பல் மீதுள்ள பயமே இதற்குக் காரணம். அதுமட்டுமல்லாமல், காயம்பட்ட முருகன் மீது மாடுகளைத் திருடியதாக வழக்குப் புனையப்பட்டு – சிறையில் அடைக்கப்பட்டார்.

மாடுகளைப் பறிகொடுத்தவர் மீதே திருட்டுப்பட்டம் – வழக்கு – சிறை! எங்காவது நடக்குமா இந்தக் கொடுமை?

இந்தச் செய்தி இமானுவேல் சேகரனுக்குத் தெரிய வருகிறது. சரியான சாட்சிகளை முன்னிறுத்தி – சில ஆதாரங்களின் அடிப்படையில் தொடர் நடவடிக்கைகளில் ஈடுபட்டு அவ் வழக்கிலிருந்து முருகனை விடுதலை செய்ததோடு, சாதியாதிக்கத்தின் அச்சுறுத்தலுக்குப் பயந்து – தன் கடமையிலிருந்து தவறி – சட்டவிரோதமாகச் செயல்பட்ட காவல் சார்பு ஆய்வாளரைப் பணியிட மாற்றம் செய்யவும் காரணமாக இருந்தார்.

அருந்ததியர்களை அமைப்பாக்கிய தீரர்

தென் தமிழகத்தில் நிலவிய சாதியாதிக்கத்தை மூர்க்கத்துடன் எதிர்த்த தேவேந்திரகுல வேளாளர் சமுதாய மக்களுக்கு இமானுவேல் சேகரனின் வரவு, சமூக – அரசியல் விழிப்புணர்வூட்டும் கேந்திரமாக அமைந்தது; மக்களின் எழுச்சிக்குப் பல்வகைகளில் பேருதவி புரிந்தது. அவரின் போராட்டக் குணத்தைப் பார்த்து வியந்து, இப்படியொரு தலைவன் தன் சமுதாயத்துக்குக் கிட்டவில்லையே என ஒடுக்கப்பட்ட மக்களின்பால் அக்கறைகொண்ட சமூக முன்னோடிகள் தங்கள் ஏக்கத்தை வெளிப்படுத்தியதுண்டு.

இருப்பினும் இமானுவேல் சேகரனின் பரந்துபட்ட செயல்பாடு ஒடுக்கப்பட்ட சமுதாய மக்களுக்கு தன்னூக்கத்தையும், செயல்முனைப்பையும் தந்தது. குறிப்பாக, தேவேந்திரகுல வேளாளர்களைப் போன்று அருந்ததியர் சமுதாய மக்களை அமைப்பாகத் திரட்ட வேண்டும், தன்மானமிக்கவர்களாக வார்த்தெடுக்க வேண்டும் என்பதில் அச்சமுதாய முன்னோடிகள் உறுதிமிக்கவர்களாக இருந்தனர்.

இந்நிலையில் திருச்சியைச் சேர்ந்த கோவிந்தன் என்பவர் இமானுவேல் சேகரனைச் சந்தித்து, அருந்ததியர்களை அமைப்பாக்கி – சமூக விழிப்புணர்வை உண்டாக்குமாறு கேட்டுக்கொண்டதோடு, அதற்காக மாதந்தோறும் மதிப்பூதியம் தருவதாகவும் தெரிவித்தார்.

நாடக இழிவு ஒழிப்பு

சாதியவாதிகள் தங்கள் சாதிய அரிப்பு – மனநோய்க்குத் தீனிபோடும் வகையில், ஒடுக்கப்பட்ட மக்களின் ஒரு பிரிவினரை இழிவுபடுத்தும் நோக்கில் அரிச்சந்திர மயான காண்டம் என்ற நாடகத்தை ஏற்பாடு செய்து அதனை ஊர்கூடி அமர்ந்து ரசித்து – செயற்கை இன்பத்தில் திளைப்பர். குறிப்பாக அரிச்சந்திரன் நாடகத்தின் மயான காண்டத்தில் வரும் – அரிச்சந்திரன் வாய்மையால் அனைத்தையும் இழந்து சுடுகாட்டில் பிணத்தைக் காக்கும் கொடுநிலைக்கு ஆளான காட்சிப்பகுதி விடிய விடிய நடக்கும். ஆதிக்க சாதியினர் பெரும்பான்மையினராக வாழும் கிராமங்களில் இந்த நாடகத்தை அடிக்கடி ஏற்பாடு செய்துவந்தார்கள்.

இதனைத் தொடர்ந்து கவனித்து வந்த இமானுவேல் சேகரன் நாடக வடிவிலான இழிவைப் போக்கும் வகையில் நாடகத்தை நடத்தவிடாமல் தடுத்து நிறுத்தினார். இத்தகைய போராட்டத்தை அப்பகுதியில் – பல்வேறு கிராமங்களில் நடத்தினார்.

ஒடுக்கப்பட்ட வகுப்பார் இளைஞர் கழகம்

‘ஒடுக்கப்பட்ட வகுப்பார் இளைஞர் கழகம்’ என்பது ஒடுக்கப்பட்ட வகுப்பார் கழகத்தின் இளைஞரணியாகும். அதன் தலைவர் எஸ்.எம். காசிநாதனும், செயலர் எஸ்.கே.சாமிக் கண்ணுவும் 1955, ஏப்ரல் 22ல் சாதியால் ‘ஒடுக்கப்பட்டோருக்கு ஒரு வேண்டுகோள்’ என்ற தலைப்பில் வெளியிட்ட துண்டறிக்கை மக்களிடத்தே சிறப்பான வரவேற்பைப் பெற்றது.

அதில் இந்துமதத்தைப் பற்றிக் குறிப்பிடும்போது, ஒடுக்குமுறை நிறைந்த மதம் – அகிம்சையை மறுதளித்த மதம் – மனிதனை மனிதன் மதிக்காத மதம் முதலான இந்து மதத்தின்

எதார்த்தமான குணாம்சத்தைப் பேசும்படியான வாசகங்கள் நிறைந்து இருந்தன. இதனை மையப்படுத்தி ஒடுக்கப்பட்ட வகுப்பார் இளைஞர் கழகத்தின் உள்ளார்ந்த அரசியலை உணர்ந்துகொள்ள முடிகிறது.

இவ்வமைப்பின் மாவட்டச் செயலாளரான இமானுவேல் சேகரன் 1957ன் தொடக்கத்தில் வெளியிட்ட அறிக்கை, சாதி இந்துக்களுக்கு விடுத்த எச்சரிக்கை! அதில், தேவேந்திரகுல வேளாளர்கள் மீதான சாதி இந்துக்களின் ஒடுக்குமுறைகள் தொடரும் பட்சத்தில் இப்பகுதியிலுள்ள தேவேந்திரகுல வேளாளர் சமுதாய மக்கள் யாவரும் இசுலாம் மதத்தைத் தழுவ நேரிடும் என்றார்.

நாமே நீதிமன்றம்

சாதி இந்துக்களில் யாரேனும் மறைவெய்திவிட்டால் தேவேந்திரகுல வேளாளர் சமுதாயத்தைச் சேர்ந்த பெண்கள் அவர்களின் இல்லங்களுக்குச் சென்று மாரடிக்க வேண்டுமென்கிற வழக்கம் அந்நாளிலிருந்தது. 'கூலிக்கு மாரடித்தல்' என்று மக்கள் அதனை அழைப்பர். சமூக இழிவுமிக்க இந்த வழக்கத்தை இமானுவேல் சேகரன் தலையிட்டு வழக்கொழித்தார். இதேபோன்று தேவேந்திரகுல வேளாளர் சமுதாய மக்களிடையே நடக்கும் பிரச்னைகளைத் தீர்த்துக்கொள்ள சாதி இந்துக்களின் காலில் விழுந்து 'பஞ்சாயம்' கேட்கும் நடைமுறை இருந்தது.

இப்படியான கிராமங்களுக்குச் சென்ற இமானுவேல் சேகரன், சாதியவாதிகளிடம் 'பஞ்சாயத்து' சொல்லும் நடைமுறையைத் தடுக்கும் வகையில் தேவேந்திரகுல வேளாளர் சமுதாய மக்கள் தங்களுக்கென 'தனிப் பஞ்சாயத்தை' அமைத்துக்கொள்ள வேண்டும் என்று வலியுறுத்தி, வெற்றிகண்டார்.

பிணத்துக்கு வந்த தடை விலகியது

முதுகுளத்தூர் அருகிலுள்ள காடமங்கலம் கிராமத்தில் தேவேந்திரகுல வேளாளர் சமுதாயத்தைச் சேர்ந்த மூதாட்டி இறந்துவிட்டார். உறவினர்கள் அவரை அடக்கம் செய்வதற்கான ஏற்பாட்டைச் செய்து, வழக்கமாகக் கொண்டுசெல்லும் வழியில்

உடலை எடுத்துச்செல்ல முற்பட்டபோது, சாதி இந்துக்கள் அதற்கு எதிர்ப்புத் தெரிவித்து – தடுத்து, பாதைவிட மறுக்கின்றார்கள்.

சம்பவத்தைக் கேள்விப்பட்ட இமானுவேல் சேகரன் உடனே சம்பவ இடத்துக்கு வந்து மூதாட்டியின் பிணத்தைக் கொண்டுசெல்ல ஆதிக்க சாதியினர் விதித்த தடையைத் தகர்த்தெறிந்தார். வாழ்க்கைப் போக்கில் பல்வேறு போராட்டங்களைச் சந்தித்த அம்மூதாட்டி, தன் சாவுக்குப் பிறகும் 'சுடுகாட்டுக்குச் செல்லப் போராட' வேண்டியிருந்தது. 1950களில் நடந்த இந்நிகழ்வுகள் தற்போதும் தமிழ் மண்ணில் அரங்கேறுவது நாகரிக சமூகத்துக்கு விடுக்கப்பட்ட சவாலாகவே கருதவேண்டியுள்ளது.

அம்பேத்கருக்கு முதல் அஞ்சலி

'ஒடுக்கப்பட்டோர் வகுப்பார் கழகம்' சார்பில் 06.12.1956ல் இராமநாதபுரத்தில் மாநாடு கூட்டப்பட்டது. ஆயிரக்கணக்கான மக்கள் பங்கேற்ற அம்மாநாட்டின் இடையே காற்றலைகளின் வழியே வந்து சேர்கிறது அந்தச் செய்தி.

இந்தியத் துணைக்கண்டம் முழுக்க வாழ்கின்ற ஒடுக்கப்பட்ட மக்களின் சமூக – அரசியல் – பொருளாதார முன்னேற்றத்துக்காக அரும்பாடுபட்ட புரட்சியாளர் அம்பேத்கர் மறைவுற்றார் என்பதே அந்தத் துயரம் தாங்கிய தகவல். உடனடியாக எழுந்த இமானுவேல் சேகரன் தாம் போற்றிய தலைவனின் மறைவுக்கு அஞ்சலி செலுத்தினார். மாநாட்டில் அமைதி பூத்தது.

அத்துடன் அம்மாநாட்டின் முதல் தீர்மானம் புரட்சியாளர் அம்பேத்கருக்கு இரங்கல் தெரிவிப்பதாக அமைந்தது.

இந்தியாவிலேயே – இன்னும் சொல்லப்போனால் உலகத்திலேயே புரட்சியாளர் அம்பேத்கரின் மறைவுக்கு முதன்முதலில் அஞ்சலி செலுத்தியவர் இமானுவேல் சேகரனாகத்தான் இருக்கக்கூடும்.

புரட்சியாளர் அம்பேத்கரின் அறிவார்ந்த – போர்க்குணமிக்க – சாதியொழிப்பு அரசியலை ஏற்றுக்கொண்டு களமாடியதால்தான் இத்தகைய முன்மொழிவு என்பதை இமானுவேல் சேகரனின் கொள்கை வாரிசுகள் உணர்ந்துகொள்ள வேண்டும்.

பரமக்குடியில் இரங்கல் கூட்டம்

இமானுவேல் சேகரன் தனது களப்பணியை விரிவாக்கம் செய்து மக்களை அரசியற்படுத்த வேண்டுமென்ற முனைப்பில் ஒடுக்கப்பட்ட மக்களை ஓர்மைப்படுத்த பல்வேறு கூட்டங்களைக் கூட்டினார். அம்பேத்கரின் அரசியல் சித்தாந்தமும், அவர் மக்கள் மீது கொண்ட தீராப்பற்றும் இமானுவேல் சேகரனை வெகுவாக ஈர்த்தது; வழிகாட்டியது. அம்பேத்கரின் மறைவையொட்டி அவரின் புகழை மக்களிடத்தே பரப்புரை செய்யும் நோக்கில் பரமக்குடியில் இரங்கல் பொதுக்கூட்டம் நடத்தினார். காங்கிரஸ் கட்சியின் பட்டியல் வகுப்பார் பிரிவான 'அரிஜன லீக்' சார்பாக அப்பொதுக்கூட்டம் ஏற்பாடு செய்யப்பட்டது.

அமைதி ஊர்வலத்துக்கு எம்.நடராஜனும், ரேவதி திரைப்படக் கொட்டகையில் நடந்த பொதுக்கூட்டத்துக்கு வழக்குரைஞர் சீனிவாச ஐயங்கார் அவர்களும் தலைமை வகித்தனர்.

அப்பொதுக்கூட்டத்தில் திரு. பூ.இராமநாதன், எம்.நடராஜன், கண்ணமுத்து, திமுக–வைச் சேர்ந்த நித்தியானந்தம், திராவிடர் கழகத்தின் தன்ராசு, சிற்பி, காளிமுத்து, கே.ஏ.முத்துச்சாமி, இமானுவேல் சேகரன் உள்ளிட்டோர் கலந்துகொண்டு இரங்கல் உரையாற்றினர். நிகழ்வில் ஒடுக்கப்பட்ட மக்கள் மட்டுமல்லாது இதர வகுப்பைச் சேர்ந்த மக்களும் கலந்துகொண்டனர். இது இமானுவேல் சேகரனின் விரிவான அரசியல் புரிதலை வெளிப்படுத்துவதாக அமைந்தது.

தாலியைக் கேட்ட கொடையுள்ளம்

'இப்படியெல்லாம்கூட ஒரு மனிதன் சக மனிதனுக்கு உதவ இயலுமா!' என்று மூக்கின்மேல் விரலை வைத்து ஆச்சரியப்படும் அளவுக்கு இமானுவேல் சேகரனிடம் ஈகைக்குணம் இருந்திருக்கிறது. ஒருநாள் அரைக்கால் சட்டையோடு வீட்டுக்குவந்த இமானுவேல் சேகரனிடம் அவரின் மனைவி அமிர்தம் கிரேஸ் "ஏன் இப்படி வருகிறீர்கள்?" எனக் கேட்டபோது, "வரும் வழியில் ஒரு முதியவர் ஆடையின்றிக் குளிரில் நடுங்கிக்கொண்டிருந்தார். அவருக்கு வேட்டியைக் கழற்றிக் கொடுத்துவிட்டேன்" என்று பதிலளித்தார். இதேபோன்று

பல நாட்கள் தனது மேல் சட்டையைச் சாலையோரம் வசிக்கும் ஆதரவற்றோருக்குத் தாரைவார்த்துவிட்டு வருவதுண்டு.

அவரின் ஈகைக்குணத்தின் உச்சமாக, ஒருநாள் பள்ளிக்குச் சென்றுவிட்டு மதிய உணவுக்குத் திரும்பிய தன் மனைவி அமிர்தம் கிரேஸை, வீட்டு நிலையின் இருபுறத்திலும் கைவைத்து மறித்த இமானுவேல் சேகரன், “நண்பனொருவன் படிப்புச் செலவுக்காக 10 ரூபாய் உதவி கேட்கிறான்... பணம் வேண்டும்” என்கிறார். “என்னிடம் பணமில்லை” என்று அமிர்தம் கிரேஸியிடமிருந்து பதில் வர, “நான் ஒன்னு கேட்பேன், மறுக்காம தரணும். உன் கழுத்திலிருக்கும் தாலி நான் கட்டியதுதானே..? கழற்றித் தா... அடகு வைத்துவிட்டு நண்பனின் படிப்புக்கு உதவலாம்...” என ஆலோசனை சொன்னதும், இனி, இவர் பணம் வாங்காமல் விடமாட்டார் என்று கருதிய அமிர்தம் கிரேஸ், வீட்டின் அலமாரியைத் திறந்து, பைபிளில் தனது குழந்தையின் மருத்துவ அவசரத்துக்காக வைத்திருந்த ரூபாயை எடுத்து நீட்டினார்.

இணையரின் தாலியை அடகு வைத்தாவது நண்பரின் கல்விக்கு உதவ வேண்டும் என்கிற கொடையுள்ளம் யாருக்குத்தான் வாய்க்கும்? மானிடப் பண்பில் இது அரிது!

மத மாற்றம்

1957 பொதுத்தேர்தல் நெருங்கியது. தமிழகத்தின் தென் மாவட்டங்களில் அத்தேர்தலை எதிர்பார்த்து காங்கிரஸும் பார்வர்டு பிளாக் கட்சியும் முன்னேற்பாடுகளைச் செய்துவந்தன. அந்நாளில் பார்வர்டு பிளாக் கட்சியை எதிர்கொள்ளும் வல்லமைகொண்ட ஆளுமையாக இமானுவேல் சேகரன் அறியப் பட்டார். எனவே, அத்தேர்தலில் தனி வாக்காளர் தொகுதியில் போட்டியிடச் செய்யும் நோக்குடன் காவல்துறை அமைச்சரான கக்கன், இமானுவேல் சேகரனைச் சந்தித்து கிறித்துவ மதத்திலிருந்து இந்து மதத்திற்கு மாறும்படி வேண்டுகோள் விடுத்தார்.

தாம் பெரிதும் மதித்துப் போற்றிய கக்கனின் ஆலோசனையை ஏற்ற இமானுவேல் சேகரன், 1956, செப்டம்பர் 12ல் கிறித்துவ மதத்திலிருந்து இந்து மதத்துக்கு மாறினார். ‘இமானுவேல்’ என்ற பெயரானது ‘இமானுவேல் சேகரன்’ ஆக மாறிற்று. பிறகு அப்பெயரே வரலாற்றில் நிலைபெற்றுவிட்டது.

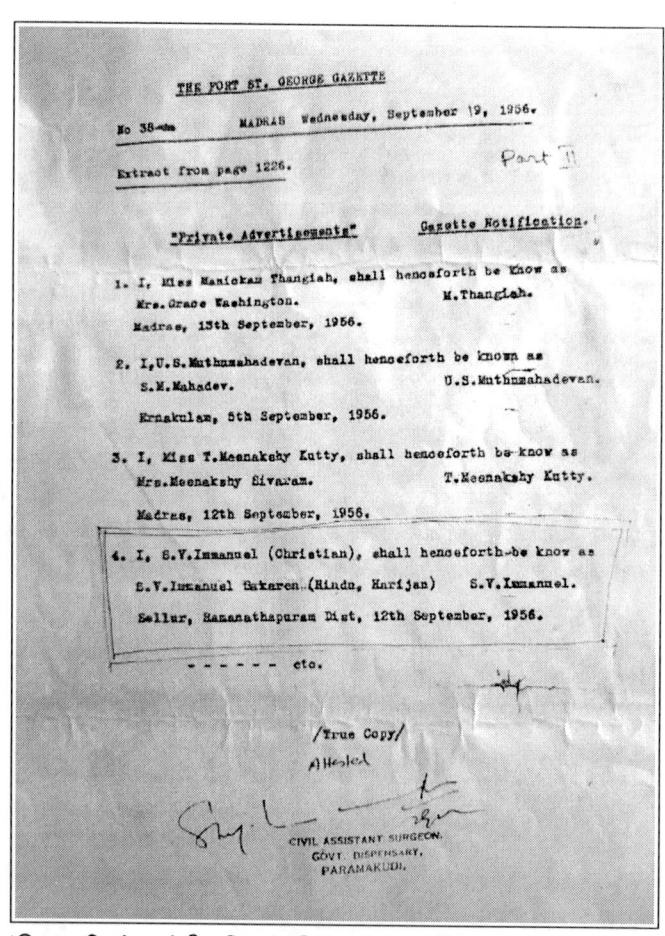

THE FORT ST. GEORGE GAZETTE

No 38 MADRAS Wednesday, September 19, 1956.

Extract from page 1226. Part II

"Private Advertisements" Gazette Notification.

1. I, Miss Manickam Thangiah, shall henceforth be know as Mrs.Grace Washington. M.Thangiah.
Madras, 13th September, 1956.

2. I,U.S.Muthumahadevan, shall henceforth be known as S.M.Mahadev. U.S.Muthumahadevan.
Ernakulam, 5th September, 1956.

3. I, Miss T.Meenakshy Kutty, shall henceforth be know as Mrs.Meenakshy Sivaram. T.Meenakshy Kutty.
Madras, 12th September, 1956.

4. I, S.V.Immanuel (Christian), shall henceforth be know as S.V.Immanuel Sekaren (Hindu, Harijan) S.V.Immanuel.
Sellur, Ramanathapuram Dist, 12th September, 1956.

------ etc.

/True Copy/

Attested

CIVIL ASSISTANT SURGEON.
GOVT. DISPENSARY,
PARAMAKUDI.

'இமானுவேல்' என்கிற பெயர் 'இமானுவேல் சேகரன்' ஆக மத மாற்றம்

நீருக்காக நடந்த போர்

இமானுவேல் சேகரன் முன்னெடுத்த போராட்டங்களில் நீராதார உரிமைக்கான போராட்டங்கள் வரலாற்றுச் சிறப்புமிக்கது. குறிப்பாக, கொண்டுலாவியில் நடைபெற்ற போராட்டம். கமுதி அருகிலுள்ள கொண்டுலாவியில் அமைந்துள்ள பொதுக்கிணற்றில் அனைத்து சாதியினரும் குடிநீர் எடுத்துப் பருகி வந்த நிலையில், சாதி ஆதிக்கவாதிகள் தங்களுக்கென கிணறு ஒன்றை வெட்டிக்கொண்டு பொதுக்கிணற்றில் மலத்தை

அள்ளிப்போட்டுப் பாழ்படுத்தினார்கள். இங்கே சாதியத்தோடு மலம் கைகோர்த்துக்கொண்டது.

சாதியவாதிகளின் அறம் தவறிய செய்கையால் தேவேந்திரகுல வேளாளர்கள் தண்ணீரின்றி நாவறட்சியில் தவித்தனர். ஆசிரியர் பவுல் மூலமாக செய்தியறிந்த இமானுவேல் சேகரன், பேரையூர் வில்லியத்தோடு கிராம மக்கள் சிலரை அழைத்துக்கொண்டு சட்டப்படியான நடவடிக்கைகளில் இறங்கினார். பிரச்னையின் தீவிரத்தை உணர்ந்த மாவட்ட நிருவாகம் கிணற்றிலிருந்த நீர் முழுவதையும் வெளியேற்றி – கதவு போட்டு கிணற்றை நன்கு மூடி, தேவேந்திரகுல வேளாளர்களும் சாதி இந்துக்களும் தனித்தனியே தண்ணீர் எடுத்துக்கொள்ளும் வகையில் ஏற்பாடு செய்து கொடுத்தது. இதே போன்றதொரு சம்பவம் முதுகுளத்தூர் அருகிலுள்ள சித்திரங்குடியில் நடைபெற்றது. இமானுவேல் சேகரனின் தொடர் செயல்பாட்டால் அச்சிக்கல் தீர்க்கப்பட்டது.

பொதுச்சொத்தான தண்ணீரில் மலத்தைக் கொட்டி மனிதத்தைக் கெடுத்தார்கள் சாதிவெறியர்கள்! தமது போராட்டத்தால் தண்ணீரை மீட்டு மானுடத்தின் தாகம் தீர்த்தார் இமானுவேல் சேகரன்! இப்படியாக, பொதுக்கிணற்றில் குடிநீர் எடுக்கத் தடை ஏற்படும்போதெல்லாம் அதற்கு எதிராகப் பெண்களைத் திரட்டிப் போராட்டம் நடத்தி உரிமையை நிலைநாட்டினார்.

ஜனநாயகக் காவலன்

1957, மார்ச்சில் நாடாளுமன்றத்துக்கும், சட்டமன்றத்துக்கும் ஒருசேர தேர்தலை நடத்த தேர்தல் ஆணையம் தயாராகிக் கொண்டிருந்தது. அனைத்துக்கட்சிகளும் தங்கள் வேட்பாளர்களை அறிவித்தன. தென் மாவட்டத்திலுள்ள இரட்டை உறுப்பினர் தொகுதிகள் நாடே எதிர்பார்க்கும் வகையில் கூடுதல் கவனம் பெற்றன. அருப்புக்கோட்டை நாடாளுமன்றத் தொகுதி, முதுகுளத்தூர் சட்டமன்றத் தொகுதி ஆகிய இரட்டை உறுப்பினர் தொகுதிகளில் தொடக்கத்திலேயே வேட்பாளர்களை அறிவித்து பந்தயத்தில் முன் வரிசையில் நின்றது பார்வர்டு பிளாக் கட்சி. மறுபுறத்தில் காங்கிரஸ் கட்சி வேட்பாளர்களை அறிவிக்காமல் காலம்கடத்திக் கொண்டிருந்தது. ஏனெனில் கொடிகட்டிப் பறந்த

சாதி ஆதிக்கத்துக்கு எதிராக – களமிறங்கவே கலங்கி நின்றது ஆளும் கட்சியான காங்கிரஸ்.

தேர்தல் நாளும் வந்தது. தங்களுக்கு எதிராக ஓட்டுப்போட வரும் தேவேந்திரகுல வேளாளர்களைத் தாக்கும் முனைப்பில் இருந்தது சாதி ஆதிக்கக் கும்பல். ஆதிக்கவாதிகளின் சதியை முறிடிக்கவும் சனநாயகத்தை மீட்டெடுக்கவும் களம் புகுந்தார் இமானுவேல் சேகரன். கிராமத்துக்கு 10 பேரை ஒவ்வொரு வாக்குச் சாவடிக்கும் பாதுகாப்புக்கு அனுப்பிவைத்து, மக்கள் அச்சமின்றி வாக்களிக்க வழிவகை செய்தார். இந்த ஜனநாயக மீட்பில் முன்னணிப் படையாய் களமாடியவர்கள் சாதிவெறியர்களின் கடும் கோபத்துக்கு ஆளானார். இதற்கெல்லாம் மூளையாகச் செயல்பட்ட இமானுவேல் சேகரனை, ஆதிக்கம் தன் சிவந்த கண்களால் சினந்து நோக்கியது.

சிறுவனின் கல்விக்கு உதவிய கைக்கடிகாரம்

1957 தேர்தலில் தங்கள் சனநாயகக் கடமையை நிறைவேற்றிய தேவேந்திரகுல வேளாளர் சமுதாய மக்களால் தங்கள் கிராமங்களுக்குச் சென்று இயல்பான வாழ்க்கை முறையை மேற்கொள்ள இயலவில்லை. ஆதிக்கச் சாதியினரின் அராஜகப்போக்கு, காட்டுமிராண்டித்தனமாகக் கட்டவிழ்த்து விடப்பட்டிருந்தது. மக்கள் காடுகளிலும் பிற மாவட்டங்களிலுள்ள உற்றார் – உறவினர் வீடுகளிலும் தஞ்சம் புக வேண்டிய அவலம். இதனால் மக்களின் வாழ்வாதாரம் வெகுவாகப் பாதிக்கப்பட்டது. பள்ளி மாணவர்கள் தங்கள் படிப்பைத் தொடர முடியாத நிலை.

அப்போது கீரந்தைக்கும் மாரந்தைக்கும் இடையிலுள்ள காட்டுப்பகுதிக்குப் பாதுகாப்பின் பொருட்டு முகாமிட்டிருந்த மக்களைச் சந்திக்கச் சென்ற இமானுவேல் சேகரன், அக்கூட்டத்தில் அழுது வீங்கிய முகத்தோடு ஒரு பள்ளிவயதுப் பையனைப் பார்க்கிறார். மனம் கனத்தவராய் அந்தப் பையனிடம், 'தம்பி உன் பெயர் என்ன? ஏன் அழுதுகொண்டிருக்கிறாய்?' என கனிவுடன் வினவினார். அதற்கு அந்தப் பையன், 'நான் ஆறாம் வகுப்பு படிக்கிறேன். இன்னைக்கு ஸ்கூலுக்குப் போகணும், பீஸ் கட்டணும், முழு ஆண்டுப் பரிச்சை வருது, என்கிட்ட புத்தகம் இல்ல, புத்தகத்த யாரோ எரிச்சுட்டாங்க... அதான்

அப்பாகிட்ட கேட்டேன். அப்பா, குடியிருக்க வீடில்ல, குடிக்கக் கஞ்சியில்ல... படிப்பு ஒரு கேடான்னு அடிச்சுட்டார்' என்று பிஞ்சுக் குழந்தைக்கே உரிய விசும்பலோடு தெரிவித்தான்.

இதனைக் கேட்டு மனம் கலங்கிய இமானுவேல் சேகரன், தன்னுடைய சட்டைப் பையில் பணமில்லாததால் கையில் கிடந்த கைக்கடிகாரத்தைக் கழற்றி அந்தப் பையனின் கையில் கொடுத்து அந்தப் பையனின் படிப்பைத் தொடர உதவினார்.

காங்கிரஸின் வஞ்சனை

இராமநாதபுரம் மாவட்டத்தில் சமூக விடுதலைக்காகக் களப்பணியாற்றிக்கொண்டே, காங்கிரஸ் கட்சியின் இளந்தலைவ ராகவும், சிறந்த பேச்சாளராகவும் தன்னை வளர்த்துக்கொண்டார் இமானுவேல் சேகரன். அவரின் களச்செயல்பாட்டையும் அவர் பின்னால் கூடும் மக்கள் திரளையும் தமது கட்சியின் வாக்குவங்கி அரசியலுக்கு மடைமாற்றத் திட்டமிட்டது காங்கிரஸ் கட்சி.

1957 சட்டமன்றத் தேர்தலில் இமானுவேல் சேகரனை வேட்பாளராக நிறுத்தும் நோக்கில் அவரை இந்து மதத்துக்கு மாறும்படி வலியுறுத்தியது. அந்நாளில் இரட்டை உறுப்பினர் தொகுதியாக இருந்த முதுகுளத்தூர் சட்டமன்றத் தொகுதியில் இமானுவேல் சேகரனை நிறுத்த வேண்டும் என்ற காங்கிரஸின் திட்டம் பின்னாளில் எப்படி மாறிப்போனது என்பது காங்கிரஸ் தலைமைக்கே வெளிச்சம். மிகுந்த எதிர்பார்ப்புக்கிடையே முதுகுளத்தூர் சட்டமன்றத் தொகுதி வேட்பாளராக ஏ.கிருஷ்ணன் அறிவிக்கப்பட்டார். இமானுவேல் சேகரனின் தேர்தல் அரசியல் பயணம் காங்கிரஸின் வஞ்சனையால் கனவாகிப்போனது.

கக்கனுடன் சந்திப்பு

1957ல் இரண்டாவது பொதுத்தேர்தலைச் சந்திக்க நாடே ஆயத்தமாகிக் கொண்டிருந்தது. அப்போது நாடாளுமன்றத்துக்கும் சட்டமன்றத்துக்கும் சேர்த்தே தேர்தல் நடத்தப்பட்டது. நான்கு கட்டங்களாக தேர்தல் நடைபெறும் என்பதோடு தேர்தல் தேதியும் அறிவிக்கப்பட்டது. தொகுதி உடன்பாடுகள் எல்லாம்

முடிவுக்கு வந்து வேட்பாளர்கள் அறிவிக்கப்பட்டார்கள். காங்கிரஸ் கட்சியின் வேட்பாளராக கட்சித் தலைமை தன்னை அறிவிக்கும் என்ற இமானுவேல் சேகரனின் எதிர்பார்ப்பு கைகூடாமல் போனது.

மக்களுக்கான சமத்துவத்தை மீட்டெடுக்க தன் படையின் பணி துறந்து, முழுநேரப் பொதுவாழ்க்கைக்காய் தன்னை அர்ப்பணித்துக்கொண்ட இமானுவேல் சேகரனுக்கு இது பெரிதாகத் தோன்றவில்லை.

இந்நிலையில் தேர்தல் பரப்புரைக்காக பரமக்குடி வந்த கக்கன், எம்.பக்தவச்சலம், சி.சுப்பிரமணியம் ஆகியோர் இமானுவேல் சேகரனை அவரது இல்லத்தில் சந்தித்து, இத்தேர்தலில் கட்சியின் சார்பாக வேட்பாளராக அறிவிக்க முடியாமல் போனமைக்கான வருத்தத்தைத் தெரிவித்ததோடு, காங்கிரஸ் கட்சியை ஆதரித்து பரப்புரை செய்யும்படிக் கேட்டுக்கொண்டனர். மரியாதைக்குரிய கக்கன் உள்ளிட்ட தலைவர்களின் வேண்டுகோளை ஏற்று பரப்புரை செய்யத் தயாரானார் இமானுவேல் சேகரன்.

ஆதரவு கோரிய வேட்பாளர்களின் அமோக வெற்றி

சிறிவில்லிப்புத்தூர் நாடாளுமன்றத் தொகுதி காங்கிரஸ் கட்சி வேட்பாளரும் இமானுவேல் சேகரனால் 'அண்ணா' என்று அன்போடு விளிக்கப்படுபவருமான ஆர்.எஸ்.ஆறுமுகம் தனிப்பட்ட முறையில் இமானுவேல் சேகரனை அவரது இல்லத்தில் சந்தித்து ஆதரவு வேண்டினார். இமானுவேல் சேகரனும் இந்தப் பகுதியிலுள்ள தேவேந்திரகுல வேளாளர்கள் உள்ளிட்ட இதர சமுதாய மக்களின் வாக்குகளைப் பெற்றுத்தர கடுமையாகப் பாடாற்றுவதாக வாக்குறுதியளித்தார். அதே போன்று இமானுவேல் சேகரனின் உற்ற நண்பரும் பரமக்குடி சட்டமன்றத் தொகுதியில் போட்டியிட்ட சுயேச்சை வேட்பாளருமான இராமச்சந்திரன் சேர்வை அவர்களுக்கு ஆதரவளிக்க மக்களைக் கேட்டுக்கொண்டார்.

ஆர்.எஸ்.ஆறுமுகத்துடன் நெருங்கிய நட்புப் பாராட்டிய இமானுவேல் சேகரன், அவரை வெற்றிபெறச் செய்வதன்

மூலம் மத்திய அரசின் வளர்ச்சித் திட்டங்கள் பின்தங்கிய பகுதிகளுக்குக் கிடைக்கச்செய்ய தாமே முன்முயற்சி எடுப்பதாக தேர்தல் பரப்புரையின்போது உறுதியளித்தார். மார்ச் முதல் வாரத்தில் நடந்த வாக்குப்பதிவின் முடிவு, ஏப்ரல் இரண்டாவது வாரத்தில் வெளியிடப்பட்டது. தன்னிடம் ஆதரவு வேண்டிய வேட்பாளர்களை தமது மக்கள் செல்வாக்கினால் வெற்றிபெறச் செய்து அரியணையில் ஏற்றினார். அக்காலத்தில் காங்கிரஸ் கோட்டையான பரமக்குடியில், இமானுவேல் சேகரனின் மறைமுக உதவியினால்தான் வெற்றிபெற முடிந்ததாக பரமக்குடி சட்டமன்ற உறுப்பினர் இராமச்சந்திரன் சேர்வை தமது சட்டமன்ற உரையில் வெளிப்படையாக அறிவித்தார்.

தந்தியும் கடிதமும்

சாதி இந்துக்களின் அடக்குமுறைக்கு ஆளானோர் இமானுவேல் சேகரனை நாடிவந்தனர். ஆதிக்கவாதிகளின் வன்கொடுமைகளை அரசின் கவனத்துக்குக் கொண்டுசெல்ல முனைந்த இமானுவேல் சேகரன், முதலமைச்சருக்கும் உள்துறை அமைச்சருக்கும் தந்தியனுப்பினார். "முத்துராமலிங்கத் தேவரின் சாயல்குடி கூட்டத்துக்குப் பிறகு பள்ளர்களும் காங்கிரஸ் கட்சியின் ஆதரவாளர்களும் மறவர்களால் தாக்குதலுக்கும் அச்சுறுத்தலுக்கும் ஆளாகி வருகின்றார்கள். பல கிராமங்களில் சீர் குலைந்துள்ள சட்டம் ஒழுங்கைச் சரிசெய்ய உடனடியாக நடவடிக்கை மேற்கொள்ள வேண்டும்" என்பதாக அதில் குறிப்பிட்டிருந்தார். அந்தத் தந்தியானது 24.04.1957ல் அனுப்பப்பட்டுள்ளது.

அவர் எழுதிய கடிதங்களும் அன்றைய சமூக எதார்த்தத்தைப் பிரதிபலிப்பதாகவும், சமூகத்தின் அடுத்தகட்ட நகர்வுக்கு அடித்தளமிடுவதாகவும் இருந்தன. இமானுவேல் சேகரனின் ஓயாத பரப்புரையாலும் மக்கள் செல்வாக்கினாலும் வெற்றிபெற்ற சிறிவில்லிப்புத்தூர் நாடாளுமன்ற உறுப்பினர் ஆர்.எஸ்.ஆறுமுகத்துக்கு எழுதிய கடிதத்தின் வாயிலாக, 1957 பொதுத்தேர்தலில் அப்பகுதியிலுள்ள தேவேந்திரகுல வேளாளர்களின் சனநாயகக் கடமை மீட்கப்பட்டமையையும், சொந்தப் பணம் – கடன் வாங்கிய பணம் – மைத்துனர் தங்கப்பன் மலேசியாவிலிருந்து அனுப்பிய பணம் என பொது வாழ்க்கைக்காய் அனைத்தையும் செலவிட்டதால்

இமானுவேல் சேகரனுக்கு ஏற்பட்ட பொருளாதாரச் சிக்கலையும், சாதியவாதிகளால் தேவேந்திரகுல வேளாளர் சமுதாயத்தினருக்கு இருந்த இடர்பாடுகளையும் பற்றி அறிந்துகொள்ள முடிகிறது.

குறிப்பாக, இமானுவேல் சேகரன் தனக்கு ஏற்பட்ட உயிர் நெருக்கடி பற்றிக் குறிப்பிடுகையில், "எனக்கு எந்த நேரத்தில் என்ன நேருமோ என்று யோசிக்க வேண்டிய நிலையில் இருக்கிறேன். எது வந்தாலும் சரி என்று நினைத்துக்கொண்டிருக்கிறேன். வேதத்தில் ஒரு வாக்கியம் இருக்கிறது. 'இன்று நீ இறந்துபோனால் உன் நித்திரையை எங்கே கழிப்பாய்' இதைத்தான் இன்று யோசிக்கிறேன்" என்று எழுதினார்.

சமாதானப் புறா

தேவேந்திரகுல வேளாளர்களின் தாக்குதலைத் தடுத்து நிறுத்துமாறும், உரிய பாதுகாப்புக் கோரியும், மறவர்கள் தரப்பினர் 31.08.1957ல் இந்தியத் தலைமையமைச்சர் நேருவுக்கு தந்தி அனுப்பினர்.

மறவர்கள் தாக்கப்படுவதாக தகவலறிந்த இமானுவேல் சேகரன், தேவேந்திரகுல வேளாளர்கள் வாழும் கிராமங்களுக்குச் சென்று மக்களைச் சந்தித்து ஆற்றுப்படுத்தி, மோதலைக் கைவிடுமாறு கேட்டுக்கொண்டார். இரு தரப்பினருக்கான மோதலைத் தீர்க்க அரசுத் தரப்பில் சமாதான முயற்சியை மேற்கொள்வதற்கு முன்பே இமானுவேல் சேகரன் அதற்கான முன்னெடுப்பை மேற்கொண்டார்.

இதேபோன்று பூக்குளம் கிராமத்திலுள்ள ஒரு தேநீர்க் கடையில் வீரம்பல் தேவேந்திரகுல வேளாளர்களுக்கு சமமான முறையில் தேநீர் வழங்கப்பட்டு வந்ததைப் பொறுத்துக்கொள்ள முடியாத இளஞ்செம்பூர் சாதி இந்துக்கள் கடையில் திட்டமிட்ட கலவரத்தை ஏற்படுத்தி – தாக்குதல் நடத்த முயன்றனர். அதனைத் தடுத்து நிறுத்திய இமானுவேல் சேகரன், மோதல் நேராமல் அமைதியை ஏற்படுத்தினார்.

இமானுவேல் சேகரன் வன்முறையின் மீது விருப்பம் கொண்டவரல்ல. அவரது சமூக செயல்பாடென்பது சாதியத்துக்கு எதிராக சமநீதியை நிலைநாட்டுவதை முதன்மை நோக்கமாகக் கொண்டிருந்தது.

விடுதியில் பரவிய சமத்துவ வெளிச்சம்

இன்றைக்கு இருப்பதைப்போன்று அன்று அரசு விடுதிகள் அவ்வளவாக இல்லை. ஆகவே மாணவர்களின் கல்வி வெகுவாகப் பாதிக்கப்பட்டது. குறிப்பாக பேருந்து வசதிகளில்லாத கிராமத்தில் வாழும் ஏழை – எளிய ஒடுக்கப்பட்ட, பிற்படுத்தப்பட்ட மாணவர்களின் உயர்கல்வி என்பது வெறும் கனவே. இந்த அவலநிலையைப் போக்க ஒரு விடுதியைத் தொடங்கினார் கமுதி அருகிலுள்ள வலையக்குளத்தைச் சேர்ந்த இளைஞர் முத்துமாணிக்கம். தேவேந்திரகுல வேளாளர் சமுதாயத்தைச் சேர்ந்த இவர், கமுதியில் ஒரு சிறிய வீட்டை வாடகைக்குப் பிடித்து 'மூதறிஞர் இராஜாஜி' என்ற பெயரிலான அந்த விடுதியை நடத்தினார்.

அங்கு பயிலும் மாணவர்களுக்கு தங்கள் வயிற்றுப்பசியைப் போக்கிக்கொள்கின்ற வகையில் கூழோ, கஞ்சியோ கிடைக்கும். தங்குமிடம், உணவு இரண்டும் இலவசம் என்பதால் சாதிகடந்து நிறைய மாணவர்கள் ஒற்றுமையுடன் பயின்று வந்தார்கள்.

இதற்கு வேட்டு வைப்பதாக இருந்தது 1957ல் நடந்த பொதுத்தேர்தல். மாணவர்களிடையே புகுந்த சாதிவெறி, பகை வளர்த்து நஞ்சை உமிழத்தொடங்கியது. அப்பகுதியிலுள்ள மாணவர்கள் பலரின் கல்வி வாய்ப்புக்குப் பெருந்துணையாக இருந்த விடுதியை மூடுமளவுக்கு நிலைமை மோசமாகியது.

இந்தச் செய்தி இமானுவேல் சேகரனின் காதுகளை எட்டியது. உடனடியாக இதனைச் சரிசெய்ய முனைந்த இமானுவேல் சேகரன், அந்த விடுதிக்குச் சென்று கல்வியின் முக்கியத்துவத்தை எடுத்தியம்பியதோடு, "கல்வியின்மையால்தான் நாம் வாழும் சமூகம் கலவரச் சுழலில் சிக்கித் தவிக்கிறது... மாணவர்கள் என்ற அடிப்படையில் ஒற்றுமையாக இருந்து, கல்வியின் மீது கவனம் செலுத்தி இந்த விடுதிக்குப் பெருமை சேர்க்க வேண்டும்" என்றும் அறிவுரை நல்கினார்.

சமூகப் பொறுப்புமிக்க அவரின் வாய்மொழியைக் கேட்ட மாணவர்கள் அனைவரும் ஒற்றுமையுடன் இருப்பதாக உறுதிகூறி தங்கள் கல்வியைத் தொடர்ந்தனர். மூடும் நிலையில் இருந்த அந்த விடுதியின் கதவுகள் திறந்தன! சமத்துவ வெளிச்சம் மெல்லப் பாயத்தொடங்கியது!

ஆளை மாற்றிக் கடத்திய கும்பல்

அமிர்தம் கிரேஸ் வெங்கட்டன் குறிச்சியிலிருந்து பரமக்குடிக்குப் பணியிட மாறுதல் பெற்றார். குடும்பமும் அங்கு குடிபெயர்ந்தது.

இமானுவேல் சேகரனின் களச்செயல்பாடும் வீரியம் பெற்றது.

இமானுவேல் சேகரனின் போக்குக் குறித்துப் பக்கத்து வீட்டார்களிடம் சாதிவெறியர்கள் கமுக்கமாக விசாரித்ததையொட்டி, பக்கத்து வீட்டார்கள் அமிர்தம் கிரேஸிடம், இமானுவேல் சேகரனை எச்சரிக்கையாக இருக்கச் சொல்லுமாறு வலியுறுத்தினார்கள்.

இமானுவேல் சேகரன் குடியிருந்த வீட்டின் உரிமையாளரான பிள்ளைமார் சமுதாயத்தைச் சேர்ந்த பெரியவர் இமானுவேல் சேகரனுக்கு இருக்கும் அச்சுறுத்தல் – கொலை மிரட்டல் பற்றி எச்சரிக்கையூட்டினார்.

ஒருமுறை நள்ளிரவில் இமானுவேல் சேகரன்தான் உறங்கிக்கொண்டிருக்கிறார் என்பதாக எண்ணிக்கொண்டு அகமுடையார் சமுதாயத்தைச் சேர்ந்த ஒருவரைக் கடத்திக் கொண்டு சென்றுவிட்டது சாதிவெறிக் கொலைக்கும்பல். பிறகு, ஆளை மாற்றிக் கடத்திவிட்டதை அறிந்த அக்கும்பல் அவரை அந்த காட்டுப்பகுதியிலேயே கட்டிலோடு போட்டுவிட்டு ஓடிவிட்டது.

சாதிவெறியர்களால் தம் உயிருக்கு ஆபத்து இருப்பதை உணர்ந்த இமானுவேல் சேகரன், தம் பொருட்டு மனைவி, குழந்தைகளுக்கு ஏதேனும் ஆபத்து நேர்ந்துவிடக்கூடாது என்பதற்காகவும், சாதியத்தால் பாதிக்கப்பட்ட மக்கள் பகல் – இரவு என்கிற கால வரையறையின்றி தன்னைச் சந்தித்துப் பேச ஏதுவாகவும் தன் வீட்டின் அருகேயுள்ள டி.இ.எல்.சி மாடியில் தன் அறையை மாற்றிக்கொண்டார்.

பரமக்குடியிலிருக்கும் பெரும்பான்மை நேரத்தை அந்த அறையிலேயே செலவிட்டார். அதுவே தலைவனைக் காண வருகைதரும் மக்களுக்கும் வசதியாகிப்போனது.

சர்வோதய சங்கத்தின் மேலாளர் சங்கர்

மரணத்துக்கு அஞ்சா மனத்துணிவு

1957ல் செப்டம்பர் முதல் வார இறுதியில் ஒருநாள், தான் எப்போதும் அணியும் ஜிப்பாவுக்குத் துணி எடுக்க வழக்கமாகச் செல்லும் பரமக்குடி சர்வோதயா சங்கத்திற்குச் சென்றார்.

அப்போது அச்சங்கத்தின் மேலாளரும் – பரமக்குடி நகரின் திறமைவாய்ந்த ஓவியருமான – செட்டியார் சமுதாயத்தைச் சேர்ந்த சங்கர் என்பவரோடு எதார்த்தமாகப் பேசிக்கொண்டிருந்த இமானுவேல் சேகரன், "கைத்தறித்துணி வாங்க வருவது அநேகமாக இதுதான் கடைசியாக இருக்கும்" என்று கூறினார்.

அதிர்ச்சியுடன் குறுக்கிட்ட சங்கத்தின் மேலாளர் சங்கர் "ஏன் இவ்வாறு கூறுகிறீர்கள்?" என்று கேட்டபோது, "எதிரிகள் எனக்கு நாள் குறித்துவிட்டார்கள்!" என்று சிரித்துக்கொண்டே கூறினார்.

சாதிய ஒடுக்குமுறைக்கு எதிரான களச்செயல்பாடுகளால் தமது உயிருக்கு ஆபத்து நேரலாம் என்று தெரிந்தும் அதற்கெல்லாம் அஞ்சாத வீரனாக, செப்டம்பர் 10ல் நடைபெற்ற அமைதிக்கூட்டத்தில் சாதியாதிக்கத்துக்கு எதிராக சிங்கம் போல் கர்ஜித்து, இறுதியில் செப்டம்பர் 11ல் வீரச்சாவைத் தழுவினார்.

ஆங்கிலத்தில் தெறித்த வாதம்

*1957*ல் முதுகுளத்தூர் பகுதிகளில் நடந்துவந்த மோதல்கள் நாடே திடுக்கிடும்படியான அதிர்வலைகளை உண்டாக்கிற்று. சாதி ஆதிக்கத்தை நிறுவத்துடிக்கும் சனாதனவாதிகளும், அதற்கு எதிராக – சமத்துவமாக வாழவிரும்பிய தேவேந்திரகுல வேளாளர்களும் மாறி மாறி மோதிக்கொண்டது அன்றைய ஆட்சியாளர்களுக்குப் பெரும் தலைவலியாக அமைந்தது.

இந்த மோதல்களுக்கு எப்படியாயினும் முடிவுகட்டிவிட வேண்டும் என்று ஆளும் வர்க்கம் வரிந்துகட்டி நின்றது. மோதலைத் தடுத்துநிறுத்தும் நோக்கில் முதுகுளத்தூரில் ஏற்பாடு செய்யப்பட்டிருந்த அமைதிக்கூட்டத்தில் இமானுவேல் சேகரனும் முத்துராமலிங்கத்தேவரும் காரசாரமாக விவாதித்துக்கொண்டார்கள். விவாதத்தின் ஒருகட்டத்தில் முத்துராமலிங்கத்தேவர் ஆங்கிலத்தில் கேள்வி எழுப்ப இமானுவேல் சேகரனும் ஆங்கிலத்தில் அனல்பறக்கப் பதிலுரைத்தார். இதனால் அமைதிக்கூட்டம் பரபரப்புக்குள்ளானது.

மக்கள் தலைவர்

அமைதிக்கூட்டம் முடிந்து தலைவர்கள் கையொப்பமிடும் நேரம் வந்தது. தேவேந்திரகுல வேளாளர்கள் தரப்பில் இமானுவேல் சேகரனையும், மறவர்கள் தரப்பில் முத்துராமலிங்கத்தேவரையும் கையொப்பமிட அழைத்தார் மாவட்ட ஆட்சியர் பனிக்கர். மாவட்ட ஆட்சியரின் அழைப்பை மறுதலித்த முத்துராமலிங்கத்தேவர், “தேவேந்திரகுல வேளாளர்கள் மற்றும் காங்கிரஸ் கட்சி சார்பில் வந்திருப்பவர்கள் சரியான பிரதிநிதிகள் இல்லை. எனவே, அமைதி உடன்படிக்கையில் கையொப்பமிட முடியாது!” என முரண்டுபிடித்தார்.

மேலும், கூட்டத்துக்கே வருகை தராத பெருமாள் என்பவரை தேவேந்திரகுல வேளாளர்களின் பிரதிநிதி எனவும் நாடாளுமன்ற உறுப்பினர் ஆர்.எஸ்.ஆறுமுகத்தை காங்கிரஸ் பிரதிநிதி எனவும் முன்மொழிந்தார். அந்தக் கூட்டறிக்கையில் இமானுவேல் சேகரனுக்குச் சமமாகக் கையொப்பமிடுவதா என்ற முத்துராமலிங்கத்தேவரின் சாதிய உளவியல் அவரைக்

குத்திக் குடைந்தது. அவ்வாறு கையொப்பமிடுவதன் மூலம் இமானுவேல் சேகரனை, தேவேந்திரகுல வேளாளர்களின் தலைவராக அங்கீகரித்ததாகிவிடுமே என்பதன் காரணமாக முத்துராமலிங்கத்தேவர் கோபத்தில் கொந்தளித்தார்.

இந்நிலையில் ஒரு கட்டத்தில் அமைதிக்கூட்டத்திலிருந்து எழுந்த இமானுவேல் சேகரன், முத்துராமலிங்கத்தேவரைப் போல பெரிய தலைவராக இல்லாவிட்டாலும் தன்னையும் தலைவராக ஏற்றுக்கொண்டவர்கள் இருக்கிறார்கள். அவர்கள் சார்பாக தான் கையெழுத்திடப் போவதாக அறிவித்தார். மாவட்ட ஆட்சியரின் கடுங்குரலுக்குப் பிறகு முத்துராமலிங்கத்தேவரும் பிடிவாதத்துக்கு முடிவுகட்டி கூட்டறிக்கையில் கையொப்பமிட ஒத்துக்கொண்டார். நாடார்கள் சார்பாக வேலுச்சாமியும், கூட்டத்தில் பங்கேற்ற ஏனையத் தலைவர்களும் கையொப்பமிட்டனர்.

மாவீரனின் கடைசி நாள்

1957, செப்டம்பர் 10 அன்று முதுகுளத்தூர் அமைதிப் பேச்சுவார்த்தை முடிந்தபிறகு பேரையூரிலுள்ள பெருமாள் பீற்றர் வீட்டிலேயே தங்கிவிட்டார் இமானுவேல் சேகரன். அன்றைய நாள் இரவில் அமைதிக்கூட்டத்தில் நடந்தவை குறித்தும், எதிர்காலச் சமூகப்போக்குகள் குறித்தும் விரிவாகக் கலந்துரையாடினார்கள். பொழுது விடிந்தது. அன்றைய நாளில் பரமக்குடியில் நடைபெறவிருக்கின்ற பாரதி விழாவில்

பேரையூர் பெருமாள் பீற்றர்

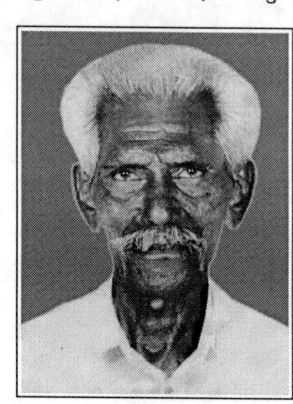

பெ.வில்லியம்

கலந்துகொள்வதற்காகப் புறப்பட்ட இமானுவேல் சேகரனுடன், சிலம்பு வாத்தியார் பேரையூர் தாசனும், பேரையூர் பெருமாள் பீற்றர் அவர்களின் மகனும், மேனாள் இராணுவ வீரருமான பெ.வில்லியம் ஆகிய இருவரும் வழியனுப்பி வைக்கவும் – பாதுகாப்புக்காகவும் முதுகுளத்தூர் பேருந்து நிலையம்வரை சென்றார்கள்.

அப்போது முதுகுளத்தூர் பேருந்துநிலையத் தேநீர்க் கடையில் இரட்டைக்குவளைமுறை இருப்பதைக் குறிப்பால் உணர்ந்த இமானுவேல் சேகரன், அதை உறுதிப்படுத்திக்கொள்ள மூவருக்கும் தேநீர் கேட்டார். இமானுவேல் சேகரனைப் பற்றி அறிந்திராத அந்தக் கடைக்காரர் தனிக்குவளையில் தேநீர் போட்டுத்தந்ததும், தேநீர்க்குவளையை வாங்கிக் கடைக்குள்ளேயே போட்டுடைத்தார். மேலும் "இந்தப் போக்கு நீடித்தால் கடை இருக்காது" என எச்சரித்தார். ஒரு கணம் அதிர்ந்துபோன கடைக்காரர், எதுவும் பேசாமல் மௌனமானார்.

ஆபத்துகள் சூழ்ந்த பயணம்

செப்டம்பர் 11 அன்று பிற்பகலில், பேரையூரிலிருந்து பரமக்குடி வரும்போது முதுகுளத்தூர் பேருந்து நிலையத்தில், பேரையூரைச் சேர்ந்த ஆசிரியர் பவுல் அவர்களைச் சந்தித்தார். அவர் இமானுவேல் சேகரனின் நெருங்கிய உறவினர். முதுகுளத்தூரில் டி.இ.எல்.சி மாணவர் விடுதியில் காப்பாளராகப் பணியாற்றி வந்தார். இருவரும் பேசிக்கொண்டிருக்கையில், "முதுகுளத்தூர் பகுதிகளில் சாதிவெறியர்கள் நம்மைப் பார்த்ததும் தங்கள் கைகளில் இருக்கும் அரிவாளை அருகிலிருக்கும் புளியமரத்தில் தீட்டிக்காட்டி அச்சமூட்ட

விடுதிக் காப்பாளர் ஆசிரியர் பவுல்

முயற்சிக்கிறார்கள்” என்று ஆசிரியர் பவுல் சொன்னவுடன், “உங்களைப் பார்த்தாலாவது இப்படி... நான் பஸ்ஸில் ஏறினால் தலை பஸ்ஸின் உள்ளே விழுகும். உடல் பஸ்ஸின் வெளியே விழும். சாதியவாதிகள் அந்தளவுக்கு என்மீது கொலைவெறியோடு அலைகிறார்கள்!” என்றாராம் இமானுவேல் சேகரன்.

எதிரிகளால் தமக்கிருக்கும் ஆபத்துகளை வெளிப்படுத்திய வார்த்தைகள் இவை. நாடாளுமன்ற உறுப்பினர் ஆர்.எஸ். ஆறுமுகத்துக்கு எழுதிய கடிதத்திலும் இதனை வெளிப் படுத்தியிருந்ததை அறிவோம்! சமூகப் போராட்டம் என்பது ஆபத்துகள் சூழ்ந்த பயணம்தான் என்று அவருக்கும் தெரியும். எனினும் மக்கள் நலனுக்காகப் பேராபத்துகளைக்கூட பூமாலையாக தன் தோளில் சூட்டிக்கொண்டார் இமானுவேல் சேகரன்.

பாரதி நினைவுநாள் உரை

செப்டம்பர் 11 பாரதியார் நினைவுநாள். எமனேஸ்வரத்தில் சௌராஸ்டிரா மக்கள் நடத்திவந்த பாரதியார் வாசகசாலைப் படிப்பகத்தில் நடந்த பாரதி விழாவில் பங்கேற்பதற்காக மாலையில் தமது நண்பரும் காங்கிரஸ் கட்சிப் பிரமுகருமான வழக்குரைஞர் ஆர்.கே.கிருஷ்ணமூர்த்தியுடன் இமானுவேல் சேகரன் சென்றார்.

பாரதியார் வாசகசாலையின் அன்றைய நிர்வாகக் குழுவினர்

அன்று இமானுவேல் சேகரன் ஆற்றிய சிறப்புரையின்போது, முதுகுளத்தூர் பகுதிகளில் நடந்துவரும் சாதிமோதல்கள் குறித்த தமது கவலையை வெளிப்படுத்தினார்.

மேலும் "காக்கை குருவி எங்கள் சாதி – நீள் கடலும் மலையும் எங்கள் கூட்டம் நோக்கும் திசையெங்கும் நாமன்றி வேறில்லை" என்ற பாரதியின் வரிகளை மேற்கோள்காட்டி தமது பரந்த சிந்தனையால் பார்வையாளர்களைக் கவர்ந்திழுத்தார்.

"1957, செப்டம்பர் 11ல் எங்கள் சங்கத்தின் சார்பாக நடைபெற்ற பாரதியார் நினைவு விழாவில் அவர்தான் சிறப்புப் பேச்சாளர்.

அவர் பேசுகின்றபோது பாரதியார் பற்றி நிறைய செய்திகளையும், பாரதியாரின் கவிதைகளையும் ஓர் இளைஞனுக்கேயுரிய துடிப்போடு பேசினார். அவரது பேச்சு, கேட்பவர் அனைவரின் உள்ளத்திலும் எழுச்சியை ஏற்படுத்தியது. அவரின் உயிருக்கு ஆபத்து இருப்பதைப் போன்ற எந்த அறிகுறியும் அன்று அவருடைய நடவடிக்கையில் தென்படவில்லை.

அவருடைய கடைசி உரை, எங்கள் சங்கத்தில் ஆற்றிய உரைதான் என்பதை நினைக்கும்போது எங்களுக்கு மிகவும் வருத்தமாக உள்ளது" என்று, இமானுவேல் சேகரனின் கடைசி உரை குறித்து பாரதியார் வாசகசாலை படிப்பக நிர்வாகிகள் கவலை தெரிவித்தார்கள்.

எமனேஸ்வரத்தில் நடந்த பாரதி விழாவில் இமானுவேல் சேகரன் மிக நீண்ட உரையாற்றிய காரணத்தாலும், விழாவின் அடுத்தடுத்த நிகழ்ச்சி நிரல்களாலும், பரமக்குடியில் முத்துச்சாமி நாயக்கர் என்பவரைத் தாளாளராகக் கொண்டு இயங்கிவந்த பாரதியார் நடுநிலைப் பள்ளியில் ஏற்பாடு செய்திருந்த பாரதி விழாவில் அவரால் பங்கேற்க இயலவில்லை.

மக்கள் தலைவரின் உரை கேட்கக் காத்திருந்த மக்கள் ஏக்கத்தோடு இல்லந் திரும்பினர். மேலும் ஒரு சிந்தனை உரை வீச்சை தமிழ்ச்சமூகம் இழந்துவிட்டது. எனவே எமனேஸ்வரத்திலுள்ள பாரதியார் வாசகசாலைப் படிப்பகத்தில் ஆற்றிய உரையே இமானுவேல் சேகரனின் கடைசி உரையாக காலம் தீர்மானித்துவிட்டது.

இறுதி வார்த்தைகள்

இமானுவேல் சேகரன் கொலை செய்யப்படுவதற்குச் சற்று நேரத்துக்கு முன்பு தனது மனைவி அமிர்தம் கிரேஸிடம் வீட்டில் பேசிக்கொண்டிருந்தார். சாதியவாதிகளால் தமது உயிருக்கு ஆபத்து ஏற்படக்கூடும் என்பதை முன்கூட்டியே அறிந்திருப்பினும், இதுவே தமது மனைவியுடனான கடைசி உரையாடலாக இருக்குமென்பதை அறிந்திருக்க வாய்ப்பில்லை. முந்தைய நாள் அமைதிக்கூட்டத்தில் ஆதிக்கத்துக்கு எதிரான தமது பேச்சு உயிருக்கே ஆபத்தாக மாறக்கூடும் என்று மனதில் தோன்றியதால் அவரிடமிருந்து இத்தகைய வார்த்தைகள் வெளிப்பட்டிருக்கலாம்! எனினும் அவரது இந்த வார்த்தைகள் காலத்தை வென்று நிற்பன; சமூகத்தின் உயர்வுக்கு அடிகோலிடுவன.

"நான் ஒருவன் இறந்துபோனால் பரவாயில்லை. எமது சமூக முன்னேற்றத்துக்காக நான் ஒருவன் இறந்துபோனால், என் சமூகத்தைச் சேர்ந்த நூறுபேர் உயிரை விட வருவார்கள். எம் சமூக முன்னேற்றம் என் உயிரைவிடப் பெரியது!" என்ற இந்த வார்த்தைகளில் துளிர்த்த தியாகியின் நம்பிக்கை வீண்போகவில்லை.

அவரது மரணத்துக்குப் பிறகு அவர் நெஞ்சத்தில் கனன்ற சாதியெழிப்பு – சமநீதி சிந்தனையோடு பல தோழர்கள் களமாடி வருகிறார்கள். அவர் பெயர் தாங்கிய இயக்கமான 'தியாகி இமானுவேல் பேரவை' உள்ளிட்ட இயக்கங்கள் அவரின் வார்த்தைக்கு உயிரோட்டமளிக்கும் வகையில் சாதியொழிப்பு அரசியலைச் சமரசமின்றி முன்மொழிந்து வருகின்றன.

சமூகப்போரில் உயிரீகம்

இத்தகைய புரையோடிப்போன, கேடான சாதியத்தை வேரோடும், வேரடி மண்ணோடும் வெட்டியெறிய முனைந்தவர் இமானுவேல் சேகரன். எனவே, சாதியத்துக்கெதிரான சமரில் தன்னை ஐக்கியப்படுத்திக்கொண்டார்.

சனாதன தர்மத்துக்குப் பேரிடியாக உருவாகிவந்த இமானுவேல் சேகரனை எப்படியாவது தீர்த்துக்கட்டும் நோக்கோடு, இரவு 9.30 மணியளவில் முதுகுளத்தூரில் இருந்து

வந்த கடைசிப் பேருந்திலிருந்து இறங்கிய ஆயுதம் தாங்கிய சாதிவெறிக் கும்பலொன்று, பரமக்குடி பேருந்து நிலையத்துக்கு அருகிலுள்ள (ஆர்ச்) வளைவை நோக்கிச் செல்கிறது. அங்கே தேநீர்க் கடையின் அருகே தன் நண்பர் சுந்தர வாத்தியாரோடு நின்றுகொண்டிருந்த இமானுவேல் சேகரனை சரமாரியாகத் தாக்கிவிட்டுத் தப்பித்துவிட்டது.

நாட்டைக் காக்கும் போரில் – பதட்டம் சூழ்ந்த எல்லையில் நேராத மரணம், சாதியொழிப்புப் போரில் வந்து தொலைத்தது! "அரசியல் போராட்டத்தைவிட சமூக விடுதலைக்கான போராட்டமே கடினமானது" என்ற அறிவர் அம்பேத்கரின் கூற்று, இமானுவேல் சேகரனின் போராட்ட வாழ்வில் நிதர்சனமாகிப் போனது.

வழிந்தோடிய செங்குருதி

பதட்டத்துடன் வேர்க்க விறுவிறுக்க ஓடிவந்த சந்தானம், எதிரிகளால் இமானுவேல் சேகரன் சுற்றி வளைக்கப்பட்ட செய்தியை அமிர்தம் கிரேஸிடம் அரைகுறையாகவே தெரிவித்தார். "ஐயோ..! சற்று நேரத்துக்கு முன்புதானே வீட்டிலிருந்து கிளம்பினார்!" என்று சொல்லிக்கொண்டே (ஆர்ச்) வளைவு அருகே சென்று பார்த்தார் அமிர்தம் கிரேஸ். ஒரே கும்மிருட்டு... மயான அமைதி... கணவனைக் காணவில்லை! புதர்களும் மரங்களும் அடர்ந்த பாதையைக் கடந்து தொடர்வண்டி நிலையம் செல்கிறார்... அங்கும் ஆளில்லை!

இமானுவேல் சேகரன்

பேருந்துநிலையப் பகுதிக்குள் பார்க்கலாம் என்று (ஆர்ச்) வளைவைக் கடந்து சென்றபோது, காதர்பாவா உணவகத்தின் அருகே சாலையோரத்தில் யாரோ படுத்துக்கிடப்பதை நிலா வெளிச்சத்தில் பார்க்கிறார். ஆனால், யாரென்று

தெரியவில்லை. அந்த உருவத்திலிருந்து வழிந்தோடி தம் பாதத்தில் பட்ட திரவத்தை இரத்தம் என உறுதிப்படுத்துகிறார் அமிர்தம் கிரேஸ். இருட்டில் எதுவும் தெரியவில்லை. நிலவின் ஒளிக்காகக் காத்திருந்தார். மேகங்களுக்கு விடைகொடுத்துக் கிளம்பிய நிலவின் ஒளியில் தன் கணவனின் முகத்தை அடையாளம் கண்டுகொண்டார்! இரத்தச்சேற்றில் மிதந்த கணவனை மடியில் கிடத்திப் பார்த்தபோது, உடலெங்கும் காயங்கள்... கழுத்தின் சிறிய பகுதியே உடலோடு ஒட்டிக் கொண்டிருந்தது... உயிர் உலகை விட்டுப் பிரிந்திருந்தது! விழித்தபடியிருந்த கணவனின் கண்களை தன் கைகளால் மெல்ல மூடிவிட்டார்; சத்தமிட்டு அழுதார்; அலறித் துடித்தார். அலறல் சத்தம் கேட்டு அக்கம்பக்கத்தினர் ஓடி வந்தனர். கூட்டம் கூடிற்று. அப்போதுதான் காவல் ஆய்வாளர் பி.கே.நாராயணசாமி காவல்துறையினரோடு சம்பவ இடத்துக்கு வந்தார். பரமக்குடி பகுதியில் பதற்றம் தொற்றிக்கொண்டதை காவல்துறையினரின் செயல்பாடுகள் பறைசாற்றின.

புறநானூற்று வீரம்

இமானுவேல் சேகரன் எதிரிகளால் வெட்டப்பட்டவுடன் சற்று தொலைவில் நின்றுகொண்டிருந்த அவரது உறவினர் சந்தானம் பரமக்குடி காவல்நிலையம் சென்று புகாரளித்தார். நிலைமை பதட்டமானதாக இருப்பதை உணர்ந்த காவல் ஆய்வாளர் பி.கே.நாராயணசாமி சம்பவ இடத்துக்கு விரைந்து, இரத்த வெள்ளத்தில் கிடந்த தியாகியின் உடலை உடற்கூறாய்வுக்கு அனுப்பிவைத்தார். பரமக்குடி, அரசு மருத்துவச்சிகிச்சை மையத்தில் (Govt. Dispensary) மருத்துவர் முகமது கௌஸ் தலைமையில் உடற்கூறாய்வு நடந்தது. உடற்காயங்களைப் பார்த்த மருத்துவர்கள் பேரதிர்ச்சிக்குள்ளானார்கள். இதற்கு முன்பு மருத்துவர்கள் இத்தகைய காயங்களைப் பார்த்ததில்லை! கைகளின் விரல்களில் – உடலின் பிற பாகங்களில் பதினோறு கொடுங்காயங்கள்! அவை அரிவாள், கத்தி உள்ளிட்ட கூரிய ஆயுதங்களைக் கொண்டு தாக்கிய எதிரிகளுக்கு அஞ்சி ஓடாது வெறும் கையுடன் எதிர்கொண்ட தமிழர்களின் புறநானூற்று வீரத்தைப் பறைசாற்றும் குறியீடுகள்!

“கழுத்தில் விழுந்த பெரிய வெட்டால் மூச்சுக்குழல், உணவுக்குழல், தலைத்தமணி அறுபட்டு மூன்றாவது கழுத்தெலும்பு தண்டுவடத்திலிருந்து துண்டிக்கப்பட்டுவிட்டது. எலும்பு முறிவை

ஏற்படுத்திய காயம்தான் இமானுவேல் சேகரனின் மரணத்துக்குக் காரணமாக அமைந்துவிட்டது!" என்பது மருத்துவர்களின் உடற்கூறாய்வு அறிக்கை முடிவு. பின்னாளில் பரமக்குடி அரசு மருத்துவமனையில் செவிலியராகப் பணிக்குச் சேர்ந்த சுந்தரி பிரபாராணியிடம் மருத்துவர் கௌஸ் அவர்கள், இமானுவேல் சேகரனுக்கு ஏற்பட்ட உடற்காயங்கள், உடற்கூறாய்வின்போது நிலவிய அசாதாரண சூழல் ஆகியவற்றை வேதனைபொங்க எடுத்துரைத்தார்.

கல்லறைக்கான போராட்டம்

இமானுவேல் சேகரன் இந்துமதத்துக்கு மாறியதைக் காரணமாகக் காட்டி, பரமக்குடியில் நினைவிடம் அமைந்துள்ள டி.இ.எல்.சி கல்லறைத் தோட்டத்தில் இமானுவேல் சேகரனை அடக்கம் செய்ய கிறித்துவ மதத்திலிருந்த சாதியவாதிகள் கடும் எதிர்ப்புத் தெரிவித்தனர். சவக்குழி தோண்டுவதைத் தடுத்து நிறுத்தினர். அமிர்தம் கிரேஸின் பெரியப்பா மகனான பாஸ்டர் மாணிக்கம் முன்முயற்சி மேற்கொண்டு, இமானுவேல் சேகரன் திருச்சபை மூலமாக மக்களுக்கு ஆற்றிய சமூகத்தொண்டு குறித்து மறை மாவட்ட ஆயரிடம் எடுத்துரைத்து, டி.இ.எல்.சி கல்லறைத் தோட்டத்தில் அடக்கம் செய்வதற்கான அனுமதியைப் பெற்றுத்தந்தார். ஒரு புறத்தில் தலைவன் கொல்லப்பட்ட கோபமும் கொந்தளிப்பும், மறுபுறத்தில் கல்லறைக்கான போராட்டம் என முடிந்தது தியாகியின் அடக்கம்.

தியாகியின் உடல் அடக்கம் செய்யப்பட்டுள்ள கல்லறையைச் சாதியவாதிகள் சிதைத்துவிடுவார்களோ என்று அவரின் உறவினர்கள் அஞ்சியிருக்கிறார்கள். ஆகையால் கல்லறையில் துயில்கொண்ட இமானுவேல் சேகரனின் உடலைப் பாதுகாக்க வேண்டிய தேவைகூட அவர்களுக்கு எழுந்திருக்கிறது.

விதைக்கப்பட்ட வீரம்

1957, செப்டம்பர் *11* அன்று, இரவு *9.30* மணியளவில் சாதிவெறிக் கயவர்களால் படுகொலை செய்யப்பட்ட மாவீரனின் உடல், பரமக்குடி - அரசு மருத்துவச்சிகிச்சை மையத்தில் (Govt. Dispensary) உடற்கூறாய்வு செய்யப்பட்டு, செப்டம்பர் *12*

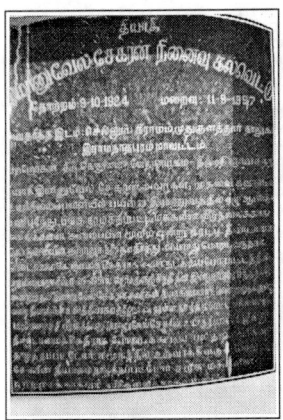 

இமானுவேல் சேகரன் நினைவு கல்வெட்டு — இமானுவேல் சேகரன் பிறந்த செல்லூரில் அமைந்துள்ள அவரது மணிமண்டபம்

மாலைதான் குடும்பத்தாரிடம் ஒப்படைக்கப்பட்டது. மதுரை, இராமநாதபுரம், கமுதி உள்ளிட்ட தென் மாவட்டங்களிலிருந்து மக்கள் தலைவனின் இறுதி நிகழ்வுக்காக பரமக்குடியை நோக்கி அணிவகுத்தனர்.

இளையான்குடி பகுதியிலுள்ள புலியூர், சிறுபாலை, கோட்டையூர், ஆழிமதுரை உள்ளிட்ட கிராமங்களைச் சேர்ந்த பெருந்திரளான மக்கள் ஓடோடிச் சென்று தங்கள் தலைவனுக்கு அஞ்சலி செலுத்தினர். ஒரு வாரத்திற்கு முன்புதான் கோட்டையூரில் நடந்த காங்கிரஸ் கட்சியின் கூட்டமொன்றில், அங்கு திரண்ட மக்களிடத்தே இமானுவேல் சேகரன் உரையாற்றியுள்ளார் என்பது குறிப்பிடத்தக்கது.

தேவேந்திரகுல வேளாளர் சமுதாய மக்கள் பெருங் கோபத்தோடும் மனக்குமுறலோடும் நிகழ்வில் கலந்துகொண்டனர். மாவீரனின் இறுதி ஊர்வலத்தில் பல்வேறு சமுதாயத்தைச் சேர்ந்த ஆயிரக்கணக்கான மக்கள் கலந்துகொண்டு தங்கள் இரங்கலையும் அனுதாபத்தையும் வெளிப்படுத்தினர். மருத்துவமனையிலிருந்து நினைவிடம்வரை மக்கள் வெள்ளத்தில் மிதந்தது பரமக்குடி நகரம். இறுதியாக டி.இ.எல்.சி போர்டிங் பள்ளி வளாகத்துக்கு வடக்கே கல்லறைத் தோட்டத்தில் மாலை 7.00 மணியளவில் மாவீரனின் உடல் அடக்கம் செய்யப்பட்டது. ஆம்! மாவீரம் விதைக்கப்பட்டது.

அருங்குளம் மோதல்

மாவீரன் இமானுவேல் சேகரன் படுகொலையான செய்தி காட்டுத்தீ போல எங்கும் பரவியது. செப்டம்பர் 12 அன்று பரமக்குடிக்கு அருகில் அருங்குளம் கிராமத்தில் தேவேந்திரகுல வேளாளர்களும் மறவர் சமுதாயத்தினரும் இணைந்து முன்னெடுத்த அய்யனார் கோவில் புரவி எடுப்புவிழா நடைபெற்றது. விழாவின் சிறப்பு நிகழ்வாக அரிச்சந்திர மயான காண்டம் நாடகத்துக்கு ஏற்பாடு செய்யப்பட்டது. மதுரையிலிருந்து நாடகக் கலைஞர்கள் வரவழைக்கப்பட்டார்கள். இரவு 10.00 மணியளவில் நாடகம் தொடங்கியது.

நாடகத்தின் இடையே முத்துராமலிங்கத்தேவரைப் புகழ்ந்து பாடும்படி மறவர்கள் தரப்பினர் ஆர்மோனியக்காரர்களை நிர்பந்தப்படுத்தியதை அடுத்து – தேவேந்திரகுல வேளாளர் சமுதாயத்தைச் சேர்ந்த பெண்களும், இமானுவேல் சேகரனின் இறுதி நிகழ்வுக்குச் சென்றவர்கள் போக – எஞ்சியிருந்த பெரியவர்களும், வெளியூர்களிலிருந்து வந்திருந்த உறவினர்களும் அதற்குக் கடும் எதிர்ப்பைத் தெரிவித்தனர். இதனால் நாடகம் நிறுத்தப்பட்டது. நீறுபூத்த நெருப்பாய் மோதல் மூண்டது!

செல்லூரில் இமானுவேல் சேகரன் வாழ்ந்த பழைய வீடு

பரமக்குடிக்குச் சென்றிருந்த மக்கள் ஊர் திரும்பியதும் கலவரம் தீவிரம் கண்டது. அடுத்த நாள் 13.09.1957 அன்று கலவரம் மேலும் உச்சமடைந்தது. இரு தரப்பினரும் மாறி மாறி குடிசைகளுக்குத் தீ வைத்துக்கொண்டனர். கூடவே, வைக்கோல் படப்புகளும் கொளுத்தப்பட்டன. தேவேந்திரகுல வேளாளர்கள் தரப்பில் ஒரு கர்ப்பிணிப் பெண் உள்பட ஐவர் படுகொலை செய்யப்பட்டனர். மறவர் சமுதாயத்தில் இரண்டு பெண்கள் உள்பட மூவர் கொல்லப்பட்டனர். கொளுத்தப்பட்டவைகளில் மறவர்களின் வீடுகள் 83 என்றும், 24 வீடுகள் தேவேந்திரகுல வேளாளர்களுடையது என்றும் பத்திரிகையாளர் தினகரன் தமது முதுகுளத்தூர் கலவரம் நூலில் குறிப்பிட்டுள்ளார்.

கீழத்தூவல் துப்பாக்கிச்சூடு

1957, செப்டம்பர் 14 தியாகி இமானுவேல் சேகரனைப் படுகொலை செய்த கொலையாளிகள் கீழத்தூவல் கிராமத்தில் பதுங்கியிருப்பதாகக் காவல்துறைக்குத் தகவல் கிடைத்தது. உடனே காவல் ஆய்வாளர் ரே தலைமையிலான குழு சிறப்பு அதிரடிப்படையுடன் கீழத்தூவல் நோக்கிப் புறப்படுகிறது. அங்கு காவல்துறையினர் குற்றவாளிகளைத் தேடும் முயற்சியில் ஈடுபட்டபோது, சுமார் ஆயிரம் பேர் கொடிய ஆயுதங்களுடன் காவல்துறையினரைத் தாக்க முயற்சித்ததாகவும், அதில் காவல்துறையைச் சேர்ந்த நால்வர் காயமுற்றதாகவும், அப்போது காவல்துறையினர் தற்காப்புக்காகச் சுட நேர்ந்ததாகவும் சொல்லப்படுகிறது. அந்தச் சம்பவத்தில் மறவர் சமுதாயத்தைச் சேர்ந்த ஐவர் காவல்துறையினரின் துப்பாக்கி ரவைகளுக்கு இரையாகினர்.

இச்சம்பவம் தொடர்பாக விசாரிக்க, செப்டம்பர் 15ஆம் தேதி வருவாய் வாரிய உறுப்பினர் எஸ்.வெங்கடேசன் என்பவரை ஒரு நபர் ஆணையராக நியமித்தது தமிழக அரசு. அவ்வாணையம் அடுத்த வாரத்திலேயே தனது விசாரணையைத் தொடங்கியது. சுமார் ஒரு வார காலம் பல்வேறு இடங்களுக்குச் சென்று விசாரணை நடத்திய வெங்கடேஸ்வரன் இறுதியில் செப்டம்பர் 27ல் தனது அறிக்கையைச் சமர்ப்பித்தார். இரண்டு வாரங்களுக்குப் பிறகு அவ்வறிக்கை சட்டமன்றத்தில்

சமர்ப்பிக்கப்பட்டது. துப்பாக்கிச்சூட்டில் படுகொலையான இருவருக்கு முதுகுப்புறத்தில் தாக்கப்பட்டிருப்பதைக் காரணமாகச் சொல்லி, "கண்களைக் கட்டிவைத்துச் சுட்டார்கள்" என்ற பாதிக்கப்பட்ட தரப்பினரின் கூற்றை மறுதலித்து, காவல்துறையினரின் துப்பாக்கிச்சூடு நியாயமானது என்று வெங்கடேஸ்வரன் ஆணையம் அறிக்கை வாசித்தது.

கொலையும் வழக்கும்

ஒடுக்குமுறை நிகழும் இடங்களில் எல்லாம் ஓயாது தடம் பதித்த இமானுவேல் சேகரன், பரமக்குடி மண்ணில் செங்குருதி சிந்தி தமது இயக்கத்தை நிறுத்திக்கொண்டார். அவரின் கொலையானது பரமக்குடி காவல்நிலையத்தில் குற்றவழக்கு எண்:209/1957ல் இந்திய தண்டனைச் சட்டப் பிரிவுகள் – 144, 148, 325, 326 ஆகிய பிரிவுகளின் கீழ் வழக்குப்பதிவு செய்யப்பட்டது. சார்பு ஆய்வாளர் துரைராஜ் முதல் தகவல் அறிக்கையைப் பதிவு செய்தார்.

உடற்கூறாய்வு முடிவுற்ற பிறகே முதல் தகவல் அறிக்கையில் கொலைக்கான இந்திய தண்டனைச் சட்டத்தின் 302 ஆவது பிரிவு சேர்க்கப்பட்டது.

1957, செப்டம்பர் 28ல் மதுரையில் நடந்த இந்திய தேசிய ஜனநாயக காங்கிரஸ் கட்சியின் மூன்றாம் நாள் கருத்தரங்கைத் தொடங்கி வைத்துவிட்டு வீடு திரும்பிய முத்துராமலிங்கத்தேவர் அவர்களை இரவு 10.45 மணியளவில் வைகை மேம்பாலம் அருகே காவல்துறை கைது செய்தது. தடுப்புச் சட்டத்தின் (மத்தியச் சட்டம் 4/1950) கீழ் கைது செய்யப்பட்டதாக அரசு அறிவித்தது.

1957, நவம்பர் 5ல் இமானுவேல் சேகரன் கொலை வழக்குக்கான குற்ற அறிக்கை பரமக்குடி சார்பு குற்றவியல் நீதித்துறை நடுவரிடம் தாக்கல் செய்யப்பட்டது. பன்னிரண்டு நபர்கள் குற்றம் சாட்டப்பட்டனர். அதில் இமானுவேல் சேகரனைக் கொலை செய்வதற்கான சதிச் செயலில் ஈடுபட்டதாக முத்துராமலிங்கத்தேவர் வழக்கில் முதல் குற்றவாளியாகச் சேர்க்கப்பட்டார். அதுவே இவ்வழக்கின் முக்கியத் திருப்பமாக அமைந்தது.

திராவிடர் கழகம் தீர்மானம்

தியாகி இமானுவேல் சேகரனின் கொலையும் அதைத் தொடர்ந்து நடந்த கலவரமும் - இந்தியத் துணைக்கண்டம் முழுமைக்குமான அன்றைய முக்கியச் செய்தியாகப் பேசப்பட்டது. இந்தியக் குடியரசுத் தலைவர் டாக்டர் இராஜேந்திர பிரசாத், தலைமையமைச்சர் நேரு மற்றும் மத்திய, மாநில அமைச்சர்கள் உள்ளிட்ட அரசியல் கட்சியினர் அறிக்கைகளின் வாயிலாக தங்கள் கண்டனங்களைப் பதிவுசெய்தனர்.

இமானுவேல் சேகரன் கொலையைக் கண்டித்த பெரியார், "கலவரத்தில் ஈடுபட்ட சமூக விரோதிகளைக் கடுமையாகத் தண்டித்து, சமூக ரீதியாக ஒடுக்கப்பட்ட மக்களுக்குப் பாதுகாப்பு ஏற்படுத்தாவிட்டால், அம்மக்களின் சார்பில் களத்தில் குதிப்பேன்" என்று எச்சரித்தார். மேலும், 03.11.1957 அன்று தஞ்சையில் நடந்த திராவிடர் கழக மாநாட்டில், "கலவரத்தில் உயிரிழந்த மக்களுக்கும், வீடு வாசல், சொத்துக்களை இழந்த மக்களுக்கும் குறிப்பாக, இமானுவேல் அநியாயமாகக் கொல்லப்பட்டதற்கும் இந்த மாநாடு வருந்துவதோடு, தமது ஆழ்ந்த கருத்தை - அனுதாபத்தைத் தெரிவித்துக்கொள்கிறது" என்று தீர்மானம் நிறைவேற்றினார்.

1995ல், நினைவிடத்தில் தியாகி இமானுவேல் பேரவையினர் அஞ்சலி

அண்ணாவின் புகழாரம்

தியாகி இமானுவேல் சேகரன் படுகொலை குறித்து 30.10.1957 அன்று சட்டமன்றத்தில் நடந்த விவாதத்தின்போது பேசிய அன்றைய சட்டமன்ற எதிர்க்கட்சித் தலைவர் சி.என்.அண்ணாதுரை, "இமானுவேல் சேகரன் உண்மையில் தேவேந்திரகுல மக்களுக்கு மட்டுமல்ல. தமிழ்நாட்டுக்கே ஒரு பெரிய தியாகம் செய்திருக்கிறார். அவர் இராமநாதபுரத்து மண்ணிலே மறைந்த மாவீரன் மட்டுமல்ல... உலகம் புகழும் ஒரு வீரனாக அவரைக் கருத வேண்டும். நாட்டில் ஒற்றுமைக்காகப் பாடுபட்டுத் தன்னையே அர்ப்பணித்துக்கொண்ட ஒரு தியாகியை இழந்தோம். அவர் பெயர் இந்நாட்டு சரித்திரத்திலே பொறிக்கப்பட வேண்டியது" என்று இமானுவேல் சேகரனுக்குப் புகழாரம் சூட்டினார்.

மேலும், திருச்சி-2 தொகுதியைச் சேர்ந்த பொதுவுடைமைக் கட்சியின் சட்டமன்ற உறுப்பினர் எம்.கல்யாணசுந்தரம், தென்காசி சட்டமன்ற உறுப்பினர் கே.சட்டநாதக் கரையாளர், சிதம்பரம் தனித்தொகுதி சட்டமன்ற உறுப்பினர் சுவாமி சகஜானந்தா, உத்திரமேரூர் சட்டமன்ற உறுப்பினர் வி.கே. இராமசாமி முதலியார், பரமக்குடி சட்டமன்ற உறுப்பினர் இராமச்சந்திரன் சேர்வை, வேடச்சந்தூர் சட்டமன்ற உறுப்பினர் திருமதி சௌந்தரம் இராமச்சந்திரன் உள்ளிட்ட பலர் சட்டப்பேரவையில் இமானுவேல் சேகரனின் படுகொலையைக் கண்டித்து தங்கள் கண்டனங்களைப் பதிவுசெய்தனர்.

நள்ளிரவில் கல்லறையில்

நல்ல வாட்டசாட்டமான - காண்போர் மயங்கும் அழகு ததும்பும் மேனியும், யாவர்க்கும் சேதி சொல்லும் சமயோசிதப் புத்தியும், போராட்டக் குணமுமிக்க தன் இளவயதுக் கணவனை இழந்த துயரத்தில் அமிர்தம் கிரேஸ், நள்ளிரவுப் பொழுதில், முட்கள் நிறைந்த காட்டுப்பகுதியில் இருந்த கல்லறைத் தோட்டத்துக்குச் சென்று தன்னந்தனியே அழுது கொண்டிருப்பார்.

அத்தகைய தருணங்களில், அவரது அண்ணன் பாஸ்டர் மாணிக்கமே, ஆறுதல் வார்த்தைகூறி - நான்கு பெண்

குழந்தைகளின் எதிர்காலத்தைப் பற்றி எடுத்துச்சொல்லி, அவரை வீட்டுக்கு அழைத்து வருவார். இப்படியாகப் பல நாட்கள் கணவனின் நினைவுகளோடு – கல்லறையிலேயே துவண்டுகிடந்து – நடைபிணமாய்ப் பொழுதைக் கழித்திருக்கிறார் இமானுவேல் சேகரனின் மனைவி அமிர்தம் கிரேஸ்.

காமராசரின் பேருதவி

தலைவனை இழந்த குடும்பம் வறுமையில் தள்ளாடிக் கொண்டிருந்த காலம். அமிர்தம் கிரேஸ் ஆசிரியர் பணியில் ஈட்டிய வருமானம் குடும்பத்தின் செலவுகளுக்குப் போதுமானதாக இல்லை. நான்கு பெண் குழந்தைகளுக்கு வரவேண்டிய கருணைத் தொகையும் கடந்த ஆறு மாதங்களாக வரவில்லை. எனவே, குடும்பத்தின் வறுமை பற்றியும் எதிர்காலம் பற்றியும் புலம்பிக்கொண்டிருந்தார் அமிர்தம் கிரேஸ்.

அப்போது வீட்டுக்கு வந்த காவல்துறை அதிகாரி ஒருவர், "முதலமைச்சர் காமராசர் உங்களை அழைத்துவரச் சொல்கிறார்" என்றதும், ஒரு மாலையையும், எலுமிச்சை பழத்தையும் வாங்கிக்கொண்டு கூடவே தன் மகள் சுந்தரி பிரபா

சிவானந்தபுரம் நகராட்சிப் பள்ளியில் பணியாற்றியபோது ஆசிரியை அமிர்தம் கிரேஸ்
(இடமிருந்து இரண்டாவதாக அமர்ந்திருப்பவர்)

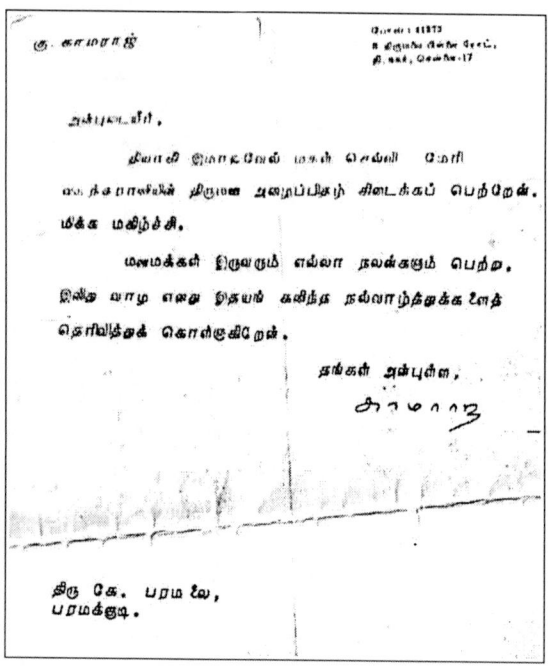

கு. காமராஜ்

போன்: 41873
8 திருமலைப் பிள்ளை ரோட்,
தி. நகர், சென்னை-17

அன்புடையீர்,

தியாகி இமானுவேல் மகள் செல்வி மேரி வசந்தராணியின் திருமண அழைப்பிதழ் கிடைக்கப் பெற்றேன். மிக்க மகிழ்ச்சி.

மணமக்கள் இருவரும் எல்லா நலன்களும் பெற்று, இனிது வாழ எனது இதயம் கனிந்த நல்வாழ்த்துக்களைத் தெரிவித்துக் கொள்ளுகிறேன்.

தங்கள் அன்புள்ள,

காமராஜ்

திரு கே. பரம லே,
பரமக்குடி.

அன்றைய முதல்வர் காமராஜரின் வாழ்த்துக் கடிதம்

ராணியை அழைத்துக்கொண்டு பயணியர் விடுதிக்குச் சென்றார். அங்கு சற்று தூரத்தில் இருந்த காமராசரை அடையாளம் காட்டி, அவர் கழுத்தில் மாலையிடும்படி, தன் மகளைக் கேட்டுக்கொண்டார். மகள் சுந்தரி பிரபாராணியும் காமராசரின் மடியில் அமர்ந்துகொண்டு கழுத்தில் மாலையிட்டார். அந்த மாலையையே எடுத்து குழந்தை சுந்தரி பிரபாராணிக்கே அணிவித்து அழகுபார்த்தார் கர்மவீரர் காமராசர்.

குடும்பத்தின் நிலையைப் பற்றி காமராசர் கேட்டதும் தேம்பியழத் தொடங்கிவிட்டார் அமிர்தம் கிரேஸ், கூடவே குழந்தை சுந்தரி பிரபாராணியும். “உங்களுக்கு நானிருக்கேன், அழக்கூடாது” என்று ஆறுதல் சொன்ன காமராசர், குடும்பச் சூழலையும், அமிர்தம் கிரேஸின் கல்வித் தகுதியையும் கேட்டபிறகு, அதிகாரிகளை அழைத்து, நடப்பிலுள்ள காலிப்பணியிடங்களைக் கேட்டார். எங்கும் காலியிடமில்லை. “ஆசிரியர் பயிற்சி முடித்துள்ள அமிர்தம் கிரேஸுக்கென ஒரு

Thirumathi Amirthamgrace
Immanuvel,
Paramakudi.

requests the pleasure of your company with family and friends on the occasion of the marriage of her elder daughter

Selvi: MARYVASANTHARANI
(D/o Late Immanuvel)
WITH
Selvan: A. BALIAH (M. B. B. S)
(Medical College Tanjore)
[Son of Sri. K. K. Arumugam of Selloor.]

On Thursday 30th June 1966 between 10-30 A.M. and 11-30 A.M. at the Paramakudi Luthiran Mission Church.

Tel: T. E. L. C. comp. Paramakudi.

திருமண அழைப்பிதழ்

மேரி வஸந்தராணிக்கும்

பாலையா (M. B. B. S.) க்கும்

(இரு வீட்டார் அழைப்பு)

மேரி வஸந்தராணி – பாலையா திருமண அழைப்பிதழ்

பள்ளியை உருவாக்கினால் என்ன?" – காமராசரின் மனதில் உதித்த இந்த சிந்தனைதான் பரமக்குடி, சிவானந்தபுரத்தில் அமைந்துள்ள *அரசு தொடக்கப்பள்ளி. (GO No.138/68 dated 01.04.1968) அப்பொழுதே பள்ளி தொடங்குவதற்கான ஆணை பிறப்பிக்கப்பட்டு நிதியும் ஒதுக்கப்பட்டது. அமிர்தம் கிரேஸுக்குப் பணி நியமன ஆணையும் வழங்கப்பட்டது. அடுத்த மாதத்திலிருந்து சம்பளத்துக்கும் வழிவகை செய்யப்பட்டது.

மேலும், இமானுவேல் சேகரனின் குழந்தைகளுக்கு கடந்த ஆறு மாதங்களாகக் கொடுக்கப்படாமல் நிலுவையிலிருந்த கருணைத்தொகையையும் உடனடியாக வழங்க அதிகாரிகளுக்கு உத்தரவிட்டார்.

பின்னாளில் காமராசர் பரிந்துரைத்து, இமானுவேல் சேகரனின் மூத்த மகள் மேரி வசந்தராணிக்கு, தேவகோட்டை ராம்நகரிலுள்ள ஆதிதிராவிடர் நலத்துறைப் பள்ளி மாணவி விடுதியில் காப்பாளினியாக பணி நியமனம் வழங்கக் காரணமாக

---

* ஊராட்சியின் கட்டுப்பாட்டில் இருந்த அப்பள்ளி, 1964ல் பரமக்குடியானது நகராட்சியாகத் தரம் உயர்த்தப்பட்ட பிறகு, நகராட்சிப் பள்ளியாக மாற்றப்பட்டது.

இருந்தார். சிறிது காலம் அவ்விடுதியில் பணியாற்றிய மேரி வசந்தராணி, பின்னர் மேலேந்தல் கிராமத்திலுள்ள டி.இ.எல்.சி பள்ளிக்கு ஆசிரியையாகப் பணி மாறுதலாகிச் சென்றுவிட்டார்.

காமராசருடன் இருந்த நட்பின் வெளிப்பாடாக மூத்த மகள் மேரி வசந்தராணிக்கு முதலமைச்சர் காமராசர் தலைமையில் திருமணம் நடத்த ஏற்பாடு செய்தார், இமானுவேல் சேகரனின் துணைவியார் அமிர்தம் கிரேஸ். அழைப்பிதழ் உள்ளிட்ட ஏற்பாடுகள் செய்த நிலையில், முதலமைச்சர் காமராஜர் கட்சிப் பணியின் பொருட்டு அவசரமாக தில்லி செல்லவேண்டிய சூழல் ஏற்பட்டதால் அந்தத் திருமண நிகழ்வுக்கு அமைச்சர் கக்கன் அவர்களை அனுப்பி வைத்தார்.

காமராசரின் அரசாங்கம் மாதந்தோறும் இமானுவேல் சேகரனின் நான்கு குழந்தைகளுக்கும் கருணைத்தொகையாக ரூபாய் 15 வழங்கி வந்ததை நன்றியோடு நினைவுகூர்ந்த இமானுவேல் சேகரனின் மூத்த மகள் மேரி வசந்தராணி, "எங்கள் வீட்டில் இப்போதும் காமராசரைக் கடவுளுக்கு அடுத்த நிலையில் வைத்திருக்கிறோம்" என்று பத்திரிகையாளர்களிடம் தெரிவித்தார்.

தந்தையின் மறைவுக்குப் பிறகு முதலமைச்சர் காமராசரே 'தாய்மாமன்' நிலையில் தங்கள் குடும்பத்துக்குப் பல்வேறு உதவிகள் புரிந்ததாக இமானுவேல் சேகரனின் மூன்றாவது மகளான சுந்தரி பிரபாராணி நெகிழ்ச்சியுடன் குறிப்பிடுகிறார்.

சிலையாய் எழுந்த தலைவன்

"தனக்காக வாழ்பவன் மனிதன். மக்களுக்காக வாழ்பவன் மாமனிதன்" என்ற கியூபா தேசத்துப் புரட்சியாளர் பிடல் காஸ்ட்ரோவின் வார்த்தைக்கிணங்க, இமானுவேல் சேகரன் மக்களுக்காகத் தன்னையே கொடையளித்த மாமனிதனாக மக்களின் மனதில் நீங்கா இடம் பெற்றுவிட்டார். எனவேதான் வாழ்நாளெல்லாம் போர்க்களம் பூண்டு போராடிய மாத்தலைவனின் ஈகத்தைப் போற்றும் வகையில் சிலை எழுப்பி, பிறந்த நாளன்று மாலையணிவித்து மரியாதை செலுத்தியும் நினைவு நாளன்று வீரவணக்கம் செலுத்தியும் வருகின்றனர். தமிழகத்தின் குக்கிராமங்களில்கூட இமானுவேல் சேகரன் சிலையாக நிமிர்ந்து நிற்கிறார்.

கீழடி பசியாபுரத்தில்
இமானுவேல் சேகரன் சிலை

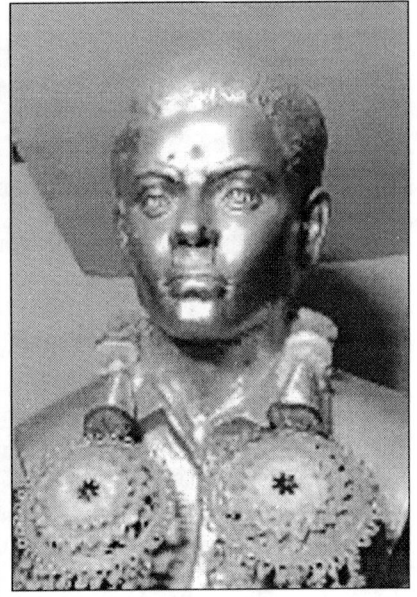
பரமக்குடியில்
வெண்கலச் சிலை

அவரது நினைவிடம் அமைந்துள்ள பரமக்குடியில், நீண்ட காலத்துக்குப் பிறகு கடந்த 2011ல் தேவேந்திரர் பண்பாட்டுக் கழக மண்டபத்தில் மார்பளவு வெண்கலச் சிலை நிறுவப்பட்டது.

இதுதவிர மதுரை – பெருங்குடி, பசியாபுரம், விருதுநகர், திருநெல்வேலி, தூத்துக்குடி, திருத்துறைப்பூண்டி, கீழக்கன்னிசேரி, அருங்குளம் உள்ளிட்ட பல இடங்களில் சாதி ஒழிப்பின் குறியீடாக மாவீரன் இமானுவேல் சேகரன் கம்பீரமாகக் காட்சி தருகிறார்.

புதுகைக்கு மாறிய வழக்கு

'இமானுவேல் சேகரனின் கொலை வழக்கை சிபிசிஐடி விசாரிக்கும்' என அரசு அறிவித்தது. சென்னை சிபிசிஐடி வட்ட ஆய்வாளர் தேவதாஸ் விசாரணை நடத்தினார்.

முதலில் பரமக்குடி சார்பு குற்றவியல் நடுவர் நீதிமன்றத்தில் பதிவுசெய்யப்பட்ட வழக்கு, பின்னர் இராமநாதபுரம் குற்றவியல் அமர்வு நீதிமன்றத்துக்கு மாற்றப்பட்டது.

ஆனால், அங்கே வழக்கை நடத்தினால் சாட்சிகள் சுதந்திரமாக தங்கள் தரப்பு வாதங்களை எடுத்துவைக்க முடியாது என்பதையும், கூடுதலாக சட்டம் ஒழுங்கு சிக்கல் ஏற்படலாம் என்பதையும் உணர்ந்த அரசு, வழக்கை இராமநாதபுரம், மதுரை போன்ற நகரங்களில் நடத்த முயற்சிக்கவில்லை. மாறாக, இராமநாதபுரம் நீதிமன்றத்தின் சிறப்புப் பிரிவு ஒன்றை புதுக்கோட்டையில் ஏற்படுத்தி, அங்கே வழக்கைத் தொடர்ந்து நடத்துவதற்கான ஏற்பாட்டைச் செய்தது.

நீதிபதியும் வழக்குரைஞர்களும்

இமானுவேல் சேகரன் கொலை வழக்கில் அரசுத் தரப்பு வழக்குரைஞர்களை நியமிப்பதில் பல்வேறு குளறுபடிகள் நிலவின. முதலில் திருநெல்வேலி வழக்குரைஞர்... பிறகு திருச்சி வழக்குரைஞர். இருவரும் தன்னிச்சையாகக் கழன்றுகொள்ள புதிய வழக்குரைஞரை நியமிக்க வேண்டிய நிர்பந்தம் அரசுக்கு உண்டாயிற்று. இந்தியா முழுக்க பல்வேறு புகழ்பெற்ற வழக்குகளை நடத்திவந்த வழக்குரைஞர் என்.கிருஷ்ணன் (ரெட்டியார்) என்பவரைத் தேடிப்பிடித்து ஆவணங்களை ஒப்படைத்தது அரசு. மேலும், அப்போதைக்கு குற்றவியல் வழக்குகளில் சீற்றம் பொதிந்த வாதத்தை எடுத்துரைக்கும் வி.எஸ்.எத்திராஜ் என்பவரை அரசு சிறப்பு வழக்குரைஞராக அமர்த்தியது. வழக்கை உற்றுக் கவனிப்பதற்கென மேலும் இரு வழக்குரைஞர்கள் அமர்த்தப்பட்டனர்.

வழக்கை விசாரிக்க எஸ்.ஆர்.இராமகோபாலன் என்ற நீதிபதி நியமிக்கப்பட்டார். தாலுகா நீதித்துறை நடுவராகப் பணியாற்றிவந்த அவருக்குப் பதவிஉயர்வு கொடுத்து மாவட்ட நீதிபதியாக்கினர். அந்த வகையில் முதல் வழக்காக இமானுவேல் சேகரன் கொலை வழக்கை விசாரிக்கப் பணிக்கப்பட்டார்.

பின்னர், வழக்கு விசாரணைக்கு வந்த சில நாட்களில் அந்த நீதிபதி மாற்றப்பட்டு, அனுபவம் நிறைந்த மாவட்ட நீதிபதியான எம்.அனந்த நாராயணன் என்பவரை புதுக்கோட்டை சிறப்பு நீதிமன்றத்துக்கு நீதிபதியாக நியமித்தது அரசு.

குற்றம் சாட்டப்பட்டவர்கள் தரப்புக்காக மூத்த வழக்குரைஞர் வி.இராஜகோபாலாச்சாரி வாதிட முன்வந்தார். அரசுத்தரப்பின்

ஏழாவது சாட்சியான கருப்பையா சேர்வை, பிறழ் சாட்சியாக மாறியது; வழக்குரைஞர் இராஜகோபாலாச்சாரியின் அதிரடியான குறுக்கு விசாரணை; வழக்குரைஞர் வி.எஸ்.எத்திராஜின் அழுத்தமான வாதங்கள் என வழக்கு விசாரணையின்போது நீதிமன்றத்தில் அனல் தகித்தது.

ஆவணங்களும் சாட்சிகளும்

இமானுவேல் சேகரன் குருதிகொட்டி விதைக்கப்பட்ட களத்திலிருந்து ஈகியின் வெற்றுடலைக் கைப்பற்றிய காவல்துறையினர், வழக்குப் பதிவுசெய்து, இமானுவேல் சேகரன் இறுதியாக அணிந்திருந்த ஜிப்பா, இரத்தம் தோய்ந்த பனியன், ஈகியின் இரத்தத்தால் செந்நிறமேறிய வேட்டி, கைக்கடிகாரம், செருப்புகள், சம்பவம் நடந்த இடத்திலிருந்து எடுக்கப்பட்ட இரத்தத்தால் சிவந்த மண், அரிவாள் கைப்பிடி என மொத்தம் 55 சான்று ஆவணங்களை நீதிமன்றத்தில் சமர்ப்பித்தனர்.

மேலும், இமானுவேல் சேகரனின் துணைவியார் அமிர்தம் கிரேஸ், பாதிரியார் மாணிக்கம், சுந்தர வாத்தியார், சந்தானம் உள்பட 33 சாட்சிகள் அரசுத்தரப்பில் நீதிமன்றத்தில் நேர்நிறுத்தப் பட்டனர்.

மரணதண்டனைத் தீர்ப்பு

வழக்கை விரைந்து முடிக்கும் பொருட்டு இறுதிக்கட்டத்தில் தொடர்ச்சியாக பன்னிரண்டு நாட்கள் முழுநேரமாக வழக்கினை விசாரித்தது நீதிமன்றம். "1959, சனவரி 7ஆம் நாள் தீர்ப்பு வழங்கப்படும்" என நீதிபதி அறிவித்தார்.

அந்த நாளும் வந்தது. காலைப்பொழுதிலிருந்தே மக்கள் புதுக்கோட்டைக்குப் படையெடுக்கத் தொடங்கினர்.

11 மணியளவில் தனது இருக்கைக்கு வந்த நீதிபதி அனந்த நாராயணன், 'பிற்பகல் 2 மணிக்குத் தீர்ப்பு வழங்கப்படும்' என நேரம் குறித்தார். 1957, செப்.11ல் நடந்த இமானுவேல் சேகரன் படுகொலை வழக்குக்கான 50 பக்கங்கள் கொண்ட தீர்ப்பில், குற்றம் சாட்டப்பட்டோரில், எண் 5 முதல்

12 வரையிலான எதிரிகளான சல்லி குருசாமி (தேவர்), காட்டுசாமி, முனியசாமி, சடையாண்டி, திருக்கண்ண (தேவர்), நல்லு (தேவர்) கருப்பண்ணன், பெரியசாமி (தேவர்) ஆகியோரை சாட்சிகளால் சந்தேகத்துக்கு அப்பாற்பட்டு நிரூபிக்க முடியாததால் விடுதலை செய்வதாக அறிவித்தார்.

அமைதிக்கூட்டத்தில் இமானுவேல் சேகரன் குறித்து, 1ஆவது எதிரியான முத்துராமலிங்கத்தேவர் பேசிய வார்த்தைகளை, கொலைக் குற்றத்தைத் தூண்டிய வார்த்தைகளாகக் கருதமுடியாது என்று சொன்ன நீதிமன்றம், குற்றச்சாட்டு நிரூபிக்கப்படாததால் அவரை வழக்கிலிருந்து விடுதலை செய்வதாக அறிவித்தது.

மேலும் சுந்தர வாத்தியார், சந்தானம் உள்ளிட்டோரின் தெளிவான சாட்சியங்களின் மூலம் வழக்கில் எண் 2, 3, 4ஆவது எதிரிகளான அங்குச்சாமி (தேவர்), முனியாண்டி (தேவர்), தவசி (தேவர்) ஆகிய மூவரும் பயங்கர ஆயுதங்களால் கொலைவெறியை நிகழ்த்தியுள்ளனர் என்பதை நிரூபித்ததன் அடிப்படையில் இந்திய தண்டனைச் சட்டப்பிரிவு 302 – 2/இ மற்றும் 341ன் படி மரணதண்டனை விதிக்கப்பட்டது. இவர்கள் விரும்பினால் 7 நாட்களுக்குள் மேல்முறையீடு செய்துகொள்ள நீதிமன்றம் அனுமதித்தது.

அமர்வு நீதிமன்றம் விதித்த தூக்குத்தண்டனையை எதிர்த்து மூவரும் சென்னை உயர்நீதிமன்றத்தில் மேல்முறையீடு செய்தனர்.

அந்த மேல்முறையீட்டு வழக்கில் உயர் நீதிமன்ற நீதிபதிகளான பசீர் அகமது சையீது, இராமசாமி ஆகியோர் அடங்கிய அமர்வு 21.07.1959 அன்று, தூக்குத்தண்டனையை ஆயுள் தண்டனையாகக் குறைத்தது.

1967ல் சி.என்.அண்ணாதுரை முதலமைச்சரானதும், முதுகுளத்தூர் கலவரக் குற்றவாளிகள் மற்றும் இமானுவேல் சேகரன் கொலை வழக்கில் சிறையிலிருந்த ஆயுள் தண்டனைக் குற்றவாளிகள் ஆகிய அனைவரையும் விடுதலை செய்ய உத்தரவிட்டது, தேவேந்திரகுல வேளாளர் மக்களிடையே ஏமாற்றத்தைத் தந்தது.

நினைவேந்தல் வரலாறு

சாதியொழிப்புக் களத்தில் விதைக்கப்பட்ட இமானுவேல் சேகரனின் வீரவணக்க நிகழ்வானது முதலாவது நினைவுநாளில் இருந்தே கடைபிடிக்கப்பட்டுவருகிறது. 1958ல் பரமக்குடியில் நடந்த முதலாமாண்டு வீரவணக்க நிகழ்வானது காங்கிரஸ் கட்சியைச் சேர்ந்த சிறிவில்லிப்புத்தூர் தொகுதி நாடாளுமன்ற உறுப்பினர் ஆர்.எஸ்.ஆறுமுகம் தலைமையில் நடைபெற்றது. அதில் சுமார் 17,000 பேர் கலந்துகொண்டனர். இது அன்றைய பரமக்குடி நகரின் மக்கள் தொகையைவிட அதிகமானது.

1996ல், தியாகி இமானுவேல் பேரவையினர், தியாகியின் நினைவிடம் நோக்கி எமனேஸ்வரத்திலிருந்து பேரணி...

2002ல், தியாகியின் நினைவிடம் நோக்கி வசந்தபுரத்திலிருந்து பேரணி...

அந்நிகழ்வை வல்லம் கண்ணமுத்து, சூரியூர் சாத்தையா, வெங்கட்டன்குறிச்சி கண்ணாயிரம், பாம்பூர் 'லீக்' இராமன், 'பள்ளர் சமுதாய முன்னேற்றச் சங்கம்' நிறுவிய பாலச்சந்திரன் உள்ளிட்ட சமுதாய முன்னோடிகள் ஒருங்கிணைத்தனர்.

1959ல் பார்வர்டு கட்சியினரின் தூண்டுதலால் மாவீரனின் நினைவேந்தல் நிகழ்வுக்கு அரசால் தடைவிதிக்கப்பட்டது. தடை பத்தாண்டுகள் தொடர்ந்தது.

மீண்டும் வீறுகொண்டெழுந்தது வீரவணக்க நிகழ்வு. 1969ல் பரமக்குடி அருகிலுள்ள எஸ்.அண்டக்குடியைச் சேர்ந்த வழக்குரைஞர் துரைராஜ் பள்ளி இறுதியாண்டு படித்துக் கொண்டிருந்தபோது அவரது தலைமையில், தேவேந்திரகுல வேளாளர் சமுதாயத்தைச் சேர்ந்த கிராமத்தினரை அணிதிரட்டி மாவீரனுக்கு வீரவணக்கம் செலுத்தினர். 1974ல் 'முகவைச் சிங்கம் அண்ணன் இமானுவேல் சேகரன் அவர்களுக்கு 17வது – நினைவுப் பெருவிழா' என்ற தலைப்பில் திரு.கிருஷ்ணன் தலைமையில் நினைவேந்தல் நிகழ்வும், திரு.எஸ்.இராசாமணி தலைமையில் ஊர்வலமும் நடந்தன. 1975, டிசம் 6ல் 'தியாகி இமானுவேல் சேகரன் – நினைவு விழா' என்ற பெயரில் வழக்குரைஞர் முனியசாமி தலைமையில் நினைவு விழாவும், வழக்குரைஞர் கே.வி.இராக்கன் தலைமையில் ஊர்வலமும், நிறைவாக, அந்நாளைய கங்கைகொண்டான் சட்டமன்ற உறுப்பினர் கருப்பையா தலைமையில் மாவீரனின் நினைவிடத்தில் மலர்வளையமும் வைக்கப்பட்டது. தியாகியின் நினைவுவிழாவை முன்னெடுக்க நம் முன்னோடிகள் தேர்ந்தெடுத்த நாள் எத்தகைய பொருத்தப்பாடானது என்பதை இன்றைய தலைமுறையினர் அறிவார்ந்த உணர்வோடு எண்ணிப்பார்க்க வேண்டும்.

தியாகி இமானுவேல் பேரவை தொடங்கப்பட்ட பிறகு 1989ல் அதன் பொதுச்செயலாளர் தோழர் பூ.சந்திரபோசு தலைமையில் அமைதி ஊர்வலம் நடந்தது. அதில் சுமார் 500 பேர் கலந்துகொண்டனர். மாவீரனின் வீரவணக்க நிகழ்வில் மக்கள் அமைப்பு ரீதியாக அணிதிரளத் தொடங்கியது அப்போதுதான். அதன் பிறகு தியாகி இமானுவேல் பேரவை – கருஞ்சட்டைப் பேரணி, பொதுக்கூட்டம், மாநாடு, சைக்கிள் பேரணி, சிலை திறப்பு... என, பல்வேறு வடிவங்களில் ஈகியின் நினைவேந்தலைத் தொடர்ச்சியாக முன்னெடுத்து வருகிறது. அந்நிகழ்வுகள்

தியாகி இமானுவேல் சேகரன் அவர்களின் நினைவுப் பெருவிழா

பரமக்குடியில் மட்டுமல்லாது தமிழகத்தின் பிற பகுதிகளிலும் நடத்தப்படுகின்றன.

50ஆவது ஆண்டு நினைவேந்தலுக்குப் பிறகே ஈகியின் வீரவணக்க நாள் சமூக முக்கியத்துவம் வாய்ந்த நிகழ்வாக மாறத் தொடங்கியது. தற்போது ஆண்டுதோறும் இலட்சக்கணக்கான மக்கள் மாவீரனின் நினைவிடத்தில் கூடிவருகின்றனர். இன்றைய முன்னணி அரசியல் கட்சித் தலைவர்கள் தவிர்க்கவே முடியாமல் வருகைதர வேண்டிய இடமாக மாவீரனின் நினைவிடமும் நினைவுநாளும் பரிமாணமடைந்துவிட்டன.

TAMIL NADU

Immanuel Sekaran's daughter goes down memory lane

D J Walter Scott

RAMANATHAPURAM:, SEPTEMBER 11, 2013 00:00 IST
UPDATED: JUNE 02, 2016 11:01 IST

"My father never believed in violence and the people who visit his memorial on the occasion of his death anniversary should shun violence," appealed Mary Vasantha Rani, the eldest daughter of Immanuel Sekaran, whose death anniversary is observed on Wednesday.

Ms.Rani, a retired teacher who settled in Madurai, sounded perplexed as the district administration and the police had imposed so many restrictions for those who planned to visit the memorial of a leader who loved peace and fought for the rights of the oppressed people, irrespective of their caste

மேரி வசந்தராணியின் ஊடகச் செய்தி

நினைவேந்தலும் துப்பாக்கிச்சூடும்

பரமக்குடியில் ஆயிரக்கணக்கிலான மக்கள் கூடுகின்ற நிகழ்வாக இருந்த தியாகியின் வீரவணக்க நினைவேந்தல் நிகழ்வானது, ஐம்பதாவது ஆண்டையொட்டி பெருந்திரள் மக்கள் எழுச்சி நாளாக – அடுத்தடுத்த ஆண்டுகளில், கட்டுக்கடங்காத மக்கள் பங்கேற்கும் நிகழ்வாக எழுச்சிபெற்றுவருவதைக் கண்டு எரிச்சலுற்ற சாதியவாதிகள், அதிகாரவர்க்கத்தின் துணையோடு நடத்திய சதிச்செயல்தான் 2011ல் நடந்த அரச பயங்கரவாத துப்பாக்கிச்சூடு.

குறைந்தபட்சக் கோரிக்கையின் அடிப்படையில் திரண்ட மக்கள் கூட்டத்தைக் களைப்பதற்கான எவ்வித நடைமுறை விதிகளையும் பின்பற்றாத – அரசே நடத்திய காட்டு விலங்காண்டித் தனமான வன்முறைவெறியாட்டம் அது. சுமார் நான்கரை மணிநேரம் நீடித்த அந்தத் துப்பாக்கிச்சூடும் தாக்குலும் அறுவரை பலிகொண்டது. பலரைக் கொடுங்காயப்படுத்தி நிரந்தர ஊனப்படுத்தியது.

இத்துயர நிகழ்வு தந்த ஊடக வெளிச்சத்தால் இமானுவேல் சேகரனின் பெயரும் பொருள் பொதிந்த வரலாறும் உலகத்தின் பல்வேறு திசைகளுக்குக் கடத்தப்பட்டது. அது வரையிலும் இமானுவேல் சேகரனின் ஈகத்தைப் பற்றி அறியாத – சமூக மாற்றத்தை விரும்பும் வடதேசத்தவர்கள்கூட, அடுத்த ஆண்டு முதல் தொலைவுதனைப் பொருட்படுத்தாது தியாகியின் நினைவிடத்தை நோக்கி அணிவகுக்கத் தொடங்கினர். சாதியவாதிகளின் துரோகத்தால் தொடுக்கப்பட்ட சதியானது, தியாகியின் ஈகத்தால் சுடராகிப்போனது!

தியாகியின் பிறந்தநாள் பேரணி

சாதிய மனோபாவம் கொண்ட அதிகார வர்க்க – அரச பயங்கரவாதத்தால் அரங்கேற்றப்பட்ட துப்பாக்கிச்சூடு, அதன் பிறகு – பாதிக்கப்பட்ட மக்கள் மீதே புனையப்பட்ட பொய் வழக்குகள், தேடுதல் வேட்டை என்ற பெயரில் நடந்த காவல்துறை அச்சுறுத்தல்கள் இவற்றை மையப்படுத்தி, “இனிவரும் ஆண்டுகளில் இமானுவேல் சேகரன் நினைவுநாளுக்கு மக்கள்

2011, அக்டோபர் 9ல் பரமக்குடியில் பெண்கள் பேரணி...

திரளமாட்டார்கள். முடிந்தது கதை" என்று மனப்பந்தல் கட்டிய சாதியவாத - அதிகார வர்க்கக் கூட்டத்தின் சதியை முறியடிப்பதாக அமைந்தது அதே ஆண்டு - இமானுவேல் சேகரன் பிறந்தநாளான அக்டோபர் 9ல் திரண்ட பெண்கள் பேரணி.

கண்ணுக்கெட்டிய தூரம்வரை காக்கிகளின் நடமாட்டமின்றி மக்களின் சுய கட்டுப்பாடோடு இப்பேரணி நடைபெற்றது. 2011, செப்டம்பர் 11ல் அறுவர் பலியான இடமான ஐந்துமுனைச் சந்திப்பில் பெண்கள் துயரத்தை வெளிப்படுத்தி - மெழுகுவர்த்தியேந்தி அஞ்சலி செலுத்தினர்.

சுமார் 15 ஆயிரம் பெண்கள் இப்பேரணியில் பங்கேற்றனர். 'துப்பாக்கிச்சூடு எதிர்ப்பு நடவடிக்கைக் குழு' என்ற பெயரில் கூட்டப்பட்ட அப்பெண்கள் பேரணியை ஒழுங்கமைத்ததில் தியாகி இமானுவேல் பேரவை தோழர்களுக்குப் பெரும்பங்குண்டு. குறிப்பாக, தியாகி இமானுவேல் பேரவையின் பொதுச்செயலாளர் தோழர் பூ.சந்திரபோசு அவர்களின் முன்முயற்சியினாலும் கடும் போராட்டத்தாலுமே அந்நிகழ்வு சிறப்பாக நடந்தேறியது.

இமானுவேல் சேகரனின் நினைவுநாளுக்கு மக்கள் இலட்சக் கணக்கில் திரண்டுவரும் நிலையில், அவரின் பிறந்த நாளுக்கு இவ்வளவு அதிகமான மக்கள் திரண்டது அதுவே முதன்முறை.

கதைப்பாடல்களில் வாழும் நாயகன்

வாழும்போது மக்களுக்காக – மக்களோடு வாழ்ந்த இமானுவேல் சேகரன், அவரின் மறைவுக்குப் பிறகு மக்கள் மனங்களில் வாழ்கிறார். அவரின் நினைவினைப் போற்றும் கதைப்பாடல்களே இதற்குச் சான்றாகும்.

அவை மாவீரனின் வீரஞ்செறிந்த வரலாற்றை விவரிக்கும் வகையிலும், அவரது இறப்பின் துயரத்தை வெளிப்படுத்துவதாகவும் அமைந்திருக்கின்றன. அக்கதைப்பாடல்கள் மருதநிலத்து மள்ளர் குடி மைந்தர்கள் களை பறித்தல், நாற்று நடுதல், கதிர் அறுத்தல் போன்ற விவசாய வேலைகளின்போது, களைப்பைப் போக்கிக்கொள்ளப் பாடப்படும் உழவு கீதங்களாக இன்றும் வயல்வெளிகளில் ஒலித்துக்கொண்டிருக்கின்றன.

"எங்கே தேடுவேன்... அம்மானே எங்கே தேடுவேன்..." என்ற கதைப்பாடல் அவரின் உடலை விட்டுப் பிரிந்த உயிர் என்னும் ஆன்மா வேறொரு உயிராய் – கிளியாய், குயிலாய், மானாய், மயிலாய் வாழ்ந்துகொண்டிருப்பதாக மக்கள் மொழியில் ஆறுதல் சொல்கிறது. மேலும், "அண்ணே மாரே தம்பி மாரே அருமையுள்ள அக்காமாரே..." என்ற பாடல் சில ஆண்டுகளுக்கு முன் தமிழகத்தின் பட்டிதொட்டியெங்கும் மாவீரனின் புகழ் பரப்பியது. இப்பாடல்களை இயற்றிப் பாடியவர் எஸ். அண்டக்குடியைச் சேர்ந்த எஸ். இராஜ் என்பவராவார்.

இமானுவேல் சேகரனின் கதைப்பாடல்கள் தென் மாவட்ட தேவேந்திரகுல வேளாளர்களின் வீரத்தைப் பறைசாற்றும் சான்றாவணங்களாக விளங்குகின்றன.

பன்மொழிப் புலமை

மாணவர்களுக்கு மாலைநேர வகுப்பெடுக்கும் தந்தையாரின் கல்விப்புலமை, செய்தித்தாள் படிக்குமளவிலான தாயாரின் மொழித்திறன் ஆகிய குடும்பச்சூழல் இமானுவேல் சேகரன் தொடக்கப்பள்ளி முதலே தமிழ், ஆங்கிலம் ஆகிய மொழிகளைத் தெளிவுறக் கற்றுக்கொள்ள வாய்ப்பாக அமைந்தது. மேலும், இராமநாதபுரம் சுவாட்ஸ் பள்ளியில் பயின்றபோது ஆங்கிலப் புலமையை நன்கு வளர்த்துக்கொண்டார்.

நெல்லை மாவட்டம், செந்தட்டியாபுரத்தில் இமானுவேல் சேகரன் சிலை

1943ல் இராணுவத்தில் சேர்ந்து, பிறகு இந்தியத் துணைக்கண்டத்தின் பல்வேறு தேச எல்லைகளுக்குப் பாதுகாப்புப் பணிக்கு – பணி மாறுதலாகிச் செல்ல நேர்ந்ததன் காரணமாக இரஷ்யா, உருது உள்ளிட்ட மொழிகளைக் கற்றுக்கொண்டார். இப்படியாக இமானுவேல் சேகரன் 7 மொழிகளைச் சரளமாகப் பேசும் ஆற்றல் கொண்டவராக விளங்கினார்.

அன்புக்கு ஏங்கிய குழந்தைகள்

இமானுவேல் சேகரனுக்கு நான்கு பெண் குழந்தைகள். மாவீரன் களப்பலியானபோது அவரின் முதற்குழந்தையான மேரி வசந்தராணிக்கு அகவை வெறும் 11 மட்டுமே. ஏனைய குழந்தைகளுக்கு அகவை 9, 5, 2 என ஒற்றை இலக்கத்தில்தான் இருந்தது. பொதுப்பணிக்காய் தமது வாழ்க்கையை அர்ப்பணித்துக்கொண்ட இமானுவேல் சேகரன் தன் மனைவியோடும் குழந்தைகளோடும் அன்பை வெளிப்படுத்தும் விதமாய் செலவிட்ட காலங்கள் மிகக்குறைவு.

அமிர்தம் கிரேஸ்... நான்கு பெண் குழந்தைகளுடன்.

அவர் கொலை செய்யப்படும் நாளில்கூட – 10 நாட்கள் கழித்து அன்றைய மாலைப் பொழுதில்தான் இல்லத்துக்குத் திரும்பியதாக – தமது தாயார் அமிர்தம் கிரேஸ் குறிப்பிட்டதாக – இமானுவேல் சேகரனின் மூன்றாவது மகள் சுந்தரி பிரபா ராணி வேதனையுடன் நினைவுகூர்கிறார்.

பொதுவாழ்க்கையில் தம்மை முற்றாக அர்ப்பணித்துக் கொண்ட தந்தையின் அன்புக்காய் குழந்தைகள் ஏங்கியிருக்கிறார்கள். ஆனால், மனிதாபிமானம் சிறிதுமற்ற சாதிவெறியோ குழந்தைகளிடமிருந்து தந்தையை நிரந்தரமாய்ப் பிரித்துவிட்டது!

தந்தையின் சாயலையொத்த நடிகர்

இமானுவேல் சேகரன் படுகொலையானபோது அவர் ஈன்றெடுத்த நான்கு பெண் குழந்தைகளில் மூத்த மகளைத் தவிர ஏனையோருக்கு தனது அன்புத்தந்தையின் முகம் அவ்வளவாக நினைவில் இல்லை. அந்த ஏக்கத்தை தன் தாயார் அமிர்தம் கிரேஸிடம் தெரிவிப்பதுண்டு. அத்தகைய தருணங்களில், "பொறுங்கள்! உங்கள் தந்தை எப்படி இருப்பார் எனக் காட்டுகிறேன்" என்று சொல்லிவிட்டு, தொலைக்காட்சிப் பெட்டியைத் திருகி பிரேம் நசீர் என்ற மலையாள நடிகரை

அடையாளம் காட்டுவார். இமானுவேல் சேகரனின் மூத்த மகள் மேரி வசந்தராணியும் தன் தங்கைகளுக்கு இதனை அடிக்கடிச் சொல்லியிருக்கிறார்.

மலையாளத் திரையுலகில் புகழ்பெற்ற நாயகனான பிரேம் நசீர் சுமார் 610 திரைப்படங்களில் நடித்துள்ளார். பிரேம் நசீரின் முடி, முகத்தோற்றம், மீசை உள்ளிட்ட யாவையும் தியாகி இமானுவேல் சேகரனைப் போன்று இருப்பதை நாமும் அவதானிக்க முடிகிறது.

நண்பர்களால் மீட்கப்பட்ட கல்லறை

"தியாகி இமானுவேல் சேகரன் அவர்களை உண்மையிலேயே ஒரு தன்மான – இனமான போராளியாகத்தான் அறிவேன். திராவிட இயக்கத் தோழர்கள் நின்று இளைப்பாறும் ஆலமரமாக எனது தையல்கடை இருந்தது. என் தோழர் இமானுவேல் சேகரனும் அவர் போடும் ஜிப்பாவை என்னிடம் தைப்பதுதான் வழக்கம். என் கடையில்தான் அவர் வேண்டியவர்களைச் சந்தித்து உரையாடுவார். அவருக்கு மிகவும் வேண்டிய நண்பர்களாக இருந்தவர்கள் வழக்குரைஞரும் நண்பருமான ஆர்.கே. கிருஷ்ணமூர்த்தியும், அண்டக்குடி முனியாண்டி தேவரும் ஆவர்.

"இமானுவேல் சேகரன் 11.09.1957ல் இறப்பதற்கு முன்பு எனது கடையில் சந்தித்து விட்டு எமனேஸ்வரத்திலுள்ள பள்ளியில் நடைபெற்ற பாரதிவிழாவில் கலந்துகொண்டு கலந்துரையாற்றிய கன்னித்தமிழ்ப் போராளி. அன்று இரவு 10.00 மணியளவில் கொடியவர்களின் கொலைவெறிக்குப் பலியான செய்தியறிந்து அதிர்ச்சியடைந்தேன்.

வைகை கால்வாய்த்திட்ட வரைபடத்தில், இமானுவேல் சேகரனின் கல்லறை வழியாக கால்வாய் செல்லும்படி மாவட்ட ஆட்சியருக்குப் பரிந்துரை செய்து ஆவணம் கொடுத்துவிட்டார்கள். அன்றைய சட்டமன்ற உறுப்பினரான டி.கே.சிறைமீட்டான், நகர்மன்றத் துணைத்தலைவர் கிருபாந்தி தேவர், நகர்மன்றத் தலைவராகிய நானும் மாவட்ட ஆட்சியரின் வழிகாட்டுதலின்படி அமைச்சர் மாதவனைச் சந்தித்தோம். அவர் கலைஞரிடம் அழைத்துச் சென்றார். இமானுவேல் சேகரனைப் பற்றி கலைஞர் ஏற்கெனவே அறிந்திருந்ததால் அவரிடம்

பரமக்குடி நகர்மன்ற முன்னாள் தலைவர் சி.வி.முத்துச்சாமி

முறையிட்டவுடன், அந்தக் கால்வாயின் போக்கையே மாற்ற மாவட்ட ஆட்சியருக்கு உத்தரவிட்டார். இப்படித்தான் எங்கள் தொடர்பு இருந்தது. அவரின் நினைவைப் போற்றும் நாளை நினைத்து நாங்கள் பெருமைப்படுகிறோம்" என்று திமுக.வின் நகர்மன்றத் தலைவரும் இமானுவேல் சேகரனின் நண்பருமான சி.வி.முத்துச்சாமி அவர்கள் இமானுவேல் சேகரனைப் பற்றியும், அவரது நினைவிடத்தை மீட்ட வரலாற்றைப் பற்றியும் குறிப்பிடுகிறார்.

பஞ்சாப் மண்ணில் எழுந்த மாவீரன்

பஞ்சாப் வீரத்துக்குப் பெயர் பெற்ற மண். ஒரு வீரம் மற்றொரு வீரத்தைப் போற்றுவதுதானே இயல்பு. அத்தகைய வீரம் விளைந்த மண்ணில் மாவீரன் இமானுவேல் சேகரனுக்கு சிலை எழுப்பியிருப்பது சாலப்பொருத்தமானதாகும்.

பஞ்சாப் மாநிலத்தைச் சேர்ந்தவர் பந்தாராம் கெடா. மேனாள் இந்திய இராணுவ வீரர். இவர் பணியாற்றிய காலத்தில்தான் இமானுவேல் சேகரனும் இராணுவத்தில் பணியாற்றியிருக்கிறார். இமானுவேல் சேகரனின் சமூக அக்கறையும் துடிப்பான செயல்பாடும் இருவரையும் நெருங்கிய நண்பர்களாக்கியது. ஏனெனில் பந்தாராம் கெடாவும் சமூக மாற்றத்தின்பால் அதீத ஈடுபாடு கொண்டவர். எனவே இருவரும் தங்கள் இராணுவப் பணிக்கு முடிவுரை எழுதிவிட்டுச் சமூகப் போராட்டங்களில் தங்களை ஒப்படைத்துக் கொண்டார்கள். பிறகு இருவருக்கும் எவ்விதத் தொடர்புமில்லாமல் போயிற்று.

இமானுவேல் சேகரன் 'ஒடுக்கப்பட்டோர் வகுப்பார் கழகம்' கண்டார். பந்தாராம் கெடா 'அகில இந்திய ஆதிதரம் சபை' அமைப்பை நிறுவினார். அக்காலத்தில் இமானுவேல் சேகரனைப் பற்றி பந்தாராம் கெடா சொன்ன புகழ்ச்சியுரைகள் அவர்தம் தொண்டர்களின் நினைவலைகளில் தவழ்ந்து கொண்டிருந்தது.

பஞ்சாப் மண்ணில், தியாகியின் சிலை திறப்பு விழாவின்போது...

'அகில இந்திய ஆதிதரம் சபை'யின் தேசியத் தலைவர் கிரா உடன் சந்திப்பு...
நடுவில் மூத்தமகள் மேரி வசந்தராணி,
இடது ஓரத்தில் மூன்றாவது மகள் சுந்தரி பிரபாராணி

இந்நிலையில், 2010 அக்டோபரில் மத்திய அரசு தபால்தலை வெளியிட்டமை. 2011ல் தியாகி இமானுவேல் சேகரன் நினைவுநாளில் பரமக்குடியில் நடந்த அரச பயங்கரவாத துப்பாக்கிச்சூடு சம்பவம் ஆகியவை ஊடகங்களில் பரவி, இமானுவேல் சேகரனின் வாழ்ந்த தேசத்தை அவர்களுக்கு அறிமுகப்படுத்தியது. 'அகில இந்திய ஆதிதரம் சபை' தொண்டர்கள் தம் தலைவரோடு பழகிய போராளி நண்பனின் நினைவிடத்தைக் காண பரமக்குடி விரைந்தார்கள்.

இமானுவேல் சேகரனின் வீரத்தையும் அவரின் நினைவிடத்தில் குவியும் மக்கள் திரளையும் கண்கூடாகக் கண்ட அவர்கள், 'அகில இந்திய ஆதிதரம் சபை'யின் சார்பாக பஞ்சாபில் மார்பளவு சிலை நிறுவி மாவீரனின் ஈகத்துக்கு மகுடம் சூட்டினார்கள். மாவீரனின் சிலையை 'அகில இந்திய ஆதிதரம் சபை'யின் போதகர் உயர்திரு. சந்த் சர்வன்தாஸ் திறந்து வைத்தார். இந்நிகழ்வு ஆதிதரம் சபையின் தேசியத் தலைவர் உயர்திரு. சந்த்சட் விந்தர் கிரா தலைமையிலும், கன்சிராம் சேனாவின் தேசிய தளபதி ஜீவன் குமார் மள்ளா முன்னிலையிலும் நடைபெற்றது.

மத்திய அரசின் அஞ்சல்தலை

இமானுவேல் சேகரன், ஆங்கிலேய அரசுக்கு எதிராக 1942ல் நடந்த 'வெள்ளையனே வெளியேறு' போராட்டத்தில் பங்கேற்று 3 மாத சிறைத்தண்டனை அனுபவித்த தியாகி என்பதை நினைவுகூரும் வகையில், மத்திய அரசானது 2010, அக்டோபர் 9ல் அவரின் பிறந்த நாளன்று நினைவு (commemorative) அஞ்சல்தலை வெளியிட்டுப் பெருமை சேர்த்துள்ளது.

2010, அக்டோபரில் வெளிவந்த இமானுவேல் நினைவு தபால்தலை, தபால் உறை

ஆனால், அன்றைய நாளில் ஆட்சியிலிருந்த மத்திய காங்கிரஸ் அரசாங்கம் தியாகியின் தபால்தலை வெளியீட்டு நிகழ்வை திட்டமிட்டே இருட்டடிப்பு செய்துள்ளது. பொதுவாக ஒரு தியாகியின் நினைவாக அஞ்சல்தலை வெளியிடுகையில் வழக்கமாகப் பின்பற்றப்படும் நடைமுறைகள் இமானுவேல் சேகரனுக்குக் கடைப்பிடிக்கப்படவில்லை. குறிப்பாக, அவரது குடும்பத்தினருக்குக்கூட தகவல் தெரிவிக்கவில்லை. ஏன் இப்படி இரகசியம் காத்தார்கள் என்பதை ஆட்சியாளர்களின் சாதிய உளவியலோடு ஒப்பிட்டுப்பார்க்க வேண்டியுள்ளது. மேலும் ஈகியின் படம் பொறித்த தபால்தலைகள் மக்கள் கைகளுக்குக் கிட்டாத வகையில் முடக்கும் சதியும் நடந்தேறியது. இருப்பினும் தியாகி இமானுவேல் சேகரன் மறைந்து அரை நூற்றாண்டுக்குப் பிறகு – காலதாமதமாகவேனும் மத்திய ஆட்சியாளர்களுக்கு இத்தகைய எண்ணம் உதித்ததை வரவேற்க வேண்டியுள்ளது. 'தமிழகத்தை ஆளும் ஆட்சியாளர்கள், தியாகி இமானுவேல் சேகரனின் பிறந்தநாளை அரசு விழாவாக அறிவிக்க வேண்டும்' என்று மக்கள் கோரிக்கை எழுப்பிவருகிறார்கள்.

குடும்பமும் குழந்தைகளும்

இமானுவேல் சேகரனின் மறைவுக்குப் பிறகு அவரது குடும்பம் பொருளாதார ரீதியாகச் சொல்லொணாத் துயரத்தைச் சந்தித்தது. அமிர்தம் கிரேஸ் தனது ஆசிரியர் தொழிலில் கிடைத்த குறைந்தபட்ச வருவாயைக் கொண்டு, இமானுவேல் சேகரனின் தாயார் ஞான சுந்தரி அம்மாள், தனது தாயார் மரியாள், நான்கு குழந்தைகள் உள்பட ஏழு பேருக்கான உணவு, உடை உள்ளிட்ட அடிப்படைத் தேவைகளைப் பூர்த்திசெய்ய வேண்டிய பெரும் பாரத்தை ஒற்றையாளாகத் தன் தோளில் சுமந்தார். குடும்பத்தில் மேலுமொரு துயரமாக 1973ல் இமானுவேல் சேகரனின் தாயார் ஞான சுந்தரி அம்மாள் மறைவெய்தினார்.

கல்வியின் வாயிலாகவே நாம் சமூகத்தில் உயர்ந்த நிலையை அடைய முடியும் என்று அமிர்தம் கிரேஸ் தம் செல்லக் குழந்தைகளுக்கு அடிக்கடிச் சொல்லி வழிகாட்டுவார். குழந்தைகளும் குடும்பத்தின் நிலையை உணர்ந்து நன்றாகப் படித்தனர். கிறித்துவ திருச்சபைகள் அவர்களின் கல்விக்கும் வேலைவாய்ப்புக்கும் உறுதுணை புரிந்தன.

மேரி வசந்தராணி

பாப்பின் விஜயராணி

தாயார் அமிர்தம் கிரேஸூடன்
சுந்தரி பிரபாராணி (இடது), ஜான்சிராணி (வலது)

இமானுவேல் சேகரனின் மூத்த மகளான மேரி வசந்தராணி ஆசிரியர் பயிற்சி முடித்து டி.இ.எல்.சி திருச்சபைப் பள்ளிகளில் பணியாற்றி, பணிநிறைவு பெற்றவர். அவருக்கு நான்கு குழந்தைகள்; மருத்துவப் பணியாற்றும் ஒரு பெண்குழந்தையும், மூன்று ஆண்குழந்தைகளும். அவர்கள் மருத்துவராக, ஆசிரியராக, பொறியாளராகப் பணியாற்றுகிறார்கள். தந்தையின் வழியில் '1957' என்ற பெயரில் சமூக உரிமைக்கான இதழ் கண்ட மேரி வசந்தராணி, தனது 69ஆவது அகவையில், 15.11.2016 அன்று இயற்கை எய்தினார்.

இரண்டாவது மகள் பாப்பின் விஜயராணி. தற்போது குடும்பத்துடன் மலேசியாவில் வசித்து வருகிறார். அவருக்கு மூன்று குழந்தைகள்: ஒரு பெண்குழந்தை, இரண்டு ஆண்குழந்தைகள்.

ஆண்குழந்தைகளில் ஒருவர் வழக்குரைஞர். பெண்குழந்தை இடைநிலை ஆசிரியர் முடித்து, தற்போது ஆஸ்திரேலியாவில் வசித்து வருகிறார்.

மூன்றாவது மகளான சுந்தரி பிரபாராணி, சிவகங்கை அரசு தலைமை மருத்துவமனையில் செவிலியராக இருந்து பணி நிறைவு பெற்றவர். குடும்பம் தற்போது பரமக்குடியில். அவருக்கு இரண்டு ஆண்குழந்தைகள். இருவரும் பொறியாளர்கள்.

நான்காவது மகளான ஜான்சிராணி இளங்கலை ஆங்கில இலக்கியம் முடித்தவர். அவருக்கு இரண்டு பெண்குழந்தைகள். அதில் ஒருவர் முதுநிலை அறிவியலும் கல்வியியலும் முடித்து மலேசிய அறிவியல் பல்கலைக்கழகத்தில் பேராசிரியராகப் பணியாற்றி வருகிறார்.

* * *

துணைநின்ற நூல்கள்

1. முதுகுளத்தூர் கலவரம் - தினகரன்
2. முதுகுளத்தூர் பயங்கரம் - டி.எஸ்.சொக்கலிங்கம்
3. முதுகுளத்தூர் படுகொலை - கா.அ.மணிக்குமார்.
4. சமநீதிப் போராளி இம்மானுவேல் சேகரன் - ஏபி.வள்ளிநாயகம்
5. தியாகி இம்மானுவேல் சேகரன் .- விஜயதனுசு
6. சமூக உரிமைப்போராளி இமானுவேல் தேவேந்திரர் - தமிழவேள்
7. இமானுவேல் சேகரனார் - ஒரு வாழும் வரலாறு - இ.பா.ஜீவன்குமார்
8. வாழும் வரலாறு இமானுவேல் சேகரன் - இராவணன்
9. களப்போராளி இமானுவேல் சேகரன் - சி.பசுமலை
10. பரமக்குடி படுகளம் - க. இளம்பரிதி
11. தலித் பொதுவுரிமைப் போராட்டம் - கோ.இரகுபதி
12. கொலை கொலையாம்... காரணமாம்..! - கோமல் அன்பரசன்
13. கிளர்ந்தெழுகிறது கிழக்கு முகவை - இளங்குமரன்
14. ஆகஸ்ட் போராட்டம் - ஆ.சிவசுப்பிரமணியன்

இதழ்கள்

1. சமூக அரசியல் பொருளியல் மாற்றம் - ஆக, செப், 2010.
2. சமூக அரசியல் பொருளியல் மாற்றம் - செப், 2011.
3. போர்க்களம் - ஆகஸ்ட், 2011.
4. மண்ணுரிமை - தி.பி. 2041.
5. பெருமக்களின் காலம் - 2015.
6. ‘1957’ - செப், 2011.
7. தமிழர் பெருவெளி - 2020.
8. The New Indian Express - 11.12.2020.

நேர்காணல்

1. திருமதி. சுந்தரி பிரபாராணி (தியாகியின் மகள்) - 15.06.2020, 22.06.2020, 07,08.10.2020, 16.10.2020.
2. திரு. வீரம்பல் ஏசு அடியான் - 16.09.2018.
3. திரு. பேரையூர் பவுல் ஆசிரியர் - 14.10.2020.
4. திரு. பேரையூர் வேலு (எ) காங்கிரஸ்காரர் - 14.10.2020.
5. திரு. வடிவேல் ராவணன் - 10.09.2018.
6. திரு. அழகர்சாமி ஆசிரியர் - 14.10.2020.
7. தோழர் பூ.சந்திரபோசு - 15.06.2020, 14.10.2020.
8. திருமதி. ரோசம்மாள் ஆசிரியை - 25.10.2020.
9. திருமதி. வசந்தா தலைமையாசிரியர் - 09.10.2020.